కవితా కెరటాలు

నూతలపాటి నాగేశ్వరరావు

ALL RIGHTS RESERVED

All rights reserved. No part of this publication may be reproduced, stored in or introduced into a retrieval system, or transmitted, in any form by any means may it be electronically, mechanical, optical, chemical, manual, photocopying, or recording without prior written permission of the Publisher/ Author.

Kavitha Kerataalu
of
Nuthalapati NageswaraRao
Mobile: 9490742134
e-mail: nnrao112@gmail.com
Copy Right: **Nuthalapati NageswaraRao**

Published by: Kasturi Vijayam
Published on: March-2025

ISBN (Paperback): 978-81-974475-2-5

Print On Demand

Ph:0091-9515054998
Email: Kasturivijayam@gmail.com

Book Available
@
Amazon, flipkart

నా తల్లిదండ్రుల ప్రేమ జ్ఞాపకార్థం

నూతలపాటి నాగేశ్వర రావు

ముందు మాట

"అందని ద్రాక్ష" అందిన వేళ, కష్టాలలో ఉన్నవారి కన్నీరును తుడిచి ఆపదలో ఉన్న వారిని ఆదుకొని ఉన్నంతలో ఇతరులకు పెట్టాలని తపించే ప్రేమామయులు నేడు ఇష్టపూర్వకంగా ప్రతిఫలం ఆశించకుండా పేదలకివ్వడం "దాతృత్వం". కుల మతాలకతీతంగా ధనిక పేద తారతమ్యాలు లేకుండా ఎవరికి ఏ ఆపద వచ్చినా తక్షణమే స్పందించి సహాయమందించడమే "దైవత్వం". కష్టజీవుల కష్టాలను తొలిగించడం, వారిలో చైతన్య జ్వాలల్ని రగిలించడం, వారి బానిస బ్రతుకు నుండి వారికి విముక్తిని కలిగించేదే "కవిత్వం".

నూతలపాటి ఒక స్ఫూర్తి ప్రదాత. స్వతహాగా నూతలపాటి నాగేశ్వరరావు గారు స్నేహశీలి. గొప్ప రచయిత. కథలు, నవలలు చాలా వ్రాశారు. సాహిత్యం మీద మంచి పట్టు ఉన్నవారు. మహా వక్త. క్యాన్సర్ రోగుల కోసం తయారు చేసే విగ్గుల కోసం రెండు సార్లు తన శిరోజాలను పెంచి విరాళంగా ఇచ్చిన మహాదాత. ఎందరికో స్ఫూర్తి ప్రదాత . వారు చేసే సామాజిక సేవల్లో ఎవరికి తెలియని ఇదొక ప్రధాన ఘట్టం.

పుస్తక ముద్రణ భారీ ఖర్చుతో ,వ్యయప్రయాసలతో కూడుకున్నది. వీరు ఒక వైపు ఉద్యోగ బాధ్యతలతో ఊపిరాడని స్థితిలో ఉండి కూడా సాహిత్య సేవ చేయాలన్న తపనతో, మమకారంతో అందిన కథలను కవితలను డి.టి.పి చేయించడానికి నిర్విరామంగా నిద్రాహారాలు మాని కృషి చేశారు, విలువైన సమయాన్ని కవుల కోసమే వెచ్చించారు.

ఎందరో కవులు, రచయితలు దేశ విదేశాలనుండి తమ కవిత్వాలను పంపించారు. ఇది సాహసోపేతమైన కార్యక్రమం. కారణం ఈ పుస్తక ముద్రణ ఎంతో ఖర్చుతో, వ్యయ ప్రయాసలతో కూడుకున్నది. ఒక్క విషయంలో వీరిని ప్రశంసించి

తీరాలి. కారణం ఎవరైనా తమ సొంత పుస్తకం ముద్రించు కోవాలన్నా డి.టి.పి చేసేప్పుడు "ప్రూఫ్ రీడింగ్" తప్పని సరి. తప్పులను దిద్దడం, మార్పులు చేర్పులు చేయడం, అత్యంత ముఖ్యమైన పని. ఆ భారాన్ని కవుల మీద మోపక ఈ బృహత్తరమైన కార్యక్రమాన్ని దిగ్విజయంగా పూర్తి చేశారు. ఇది నిజంగా హర్షించదగ్గ, అభినందించదగ్గ విషయం.

"పరస్పర సహకారం" నిజానికి ఈ మధ్యకాలంలో అనేక సాహితి సంస్థలు కవిసమ్మేళనాల పుస్తక ముద్రణల పుస్తకా విష్కరణలకార్యక్రమాలు వ్యయ ప్రయాసలతో కూడుకొని ఉన్నందున ఆ భారీ ఖర్చులను భరించలేక "పరస్పర సహకారంతో "(ఖర్చులు 50/50) కార్యక్రమాలను నిర్వహిస్తున్నారన్నది జగమెరిగిన సత్యం. ఉచిత సంకలనానికి కవుల నుండి కథలకు, కవితలకు ఆహ్వానం. ఈ పరిస్థితుల్లో మన నూతలపాటి నాగేశ్వరరావు గారు తన వృత్తి ప్రవృత్తి వేరైనా సామాజిక సేవలో భాగంగా సాహితీ సేవలు సైతం చేయాలనే తపనతో ఔత్సాహిక కవులను ప్రోత్సహించాలని, తమ సాహిత్యాన్ని ముద్రించుకోలేని అనేకమంది అజ్ఞాత కవుల రచయితల చిరకాల స్వప్నాలను నిజం చేయాలన్న కాంక్షతో, సదుద్దేశంతో ముద్రణకయ్యే ఖర్చులన్నీ భరిస్తానని భరోసా నిస్తూ "సామాజిక అంశాలపై కథలు, కవితలు ,కథానికల సంకలనానికై రచయితలకు "ఆత్మీయ ఆహ్వానం" పుస్తక ప్రచురణ పూర్తిగా ఉచితం. తమ రచనలపై రచయితలకే సర్వహక్కులుంటాయి" అంటూ "ఉచిత కథ కవితల సంకలనం" కోసం గత సంవత్సరంలో ఒక సంచలనాత్మకమైన ప్రకటన చేయడం, వాట్సాప్ గ్రూప్ ను సైతం ఏర్పాటు చేయడం జరిగింది.

రెండు రాష్ట్రాల నుండి, దేశవిదేశాల నుండి అనేక మంది కవులు తమ సాహిత్యం ఒక పుస్తకరూపంలో వస్తున్నందుకు ఎంతగానో పొంగిపోతూ భారీసంఖ్యలో కథలను, కవితలను వ్రాసి భాగస్వామ్యం చేసి ఆశతో ఏడాదిగా నిరీక్షిస్తున్నారు. పుస్తక ముద్రణ కొందరికి "అందని ద్రాక్ష".

ఎందరో ఔత్సాహిక కవులు ఈ మధ్య చక్కని కవిత్వం రాస్తున్నారు. ఎవరైనా వారి కవిత్వం పత్రికల్లో ప్రచురింపబడితే పరమానందంతో గాలిలో తేలిపోతారు. కవి సమ్మేళనాల్లో సన్మానం చేస్తే సంబరపడి పోతారు. కాని వారిని ఒక బాధ వెంటాడుతూ

ఉంటుంది, అదే పుస్తక ముద్రణ. ఈ మధ్యకాలంలో "పుస్తక ముద్రణ ఒక అందని ద్రాక్ష" అందుకే నాగేశ్వరరావు గారి "ఉచిత సంకలనం" అందరిని ఊరించింది, ఉత్సాహ పరిచింది, ఉత్తేజ పరిచింది. కవుల నుండి కూడా స్పందన భారీగా ఊహించనంతగా ఉంది. అందుచేతనే వీరు కథలను "కథా పరిమళాలు" అని కవితలను "కవితా కెరటాలు" అని రెండు సంకలనాలు తీసుకురావాలని ఒక మంచి నిర్ణయం తీసుకున్నారు. కవులు రచయితలు పంపిన దాదాపుగా అన్ని కథలను కవితలను స్వీకరించారు.

ఇంతటి బృహత్తరమైన కార్యక్రమాన్ని తన భుజస్కందాలపై వేసుకున్న నూతలపాటి నాగేశ్వరరావు సంపాదకత్వంలో మరిన్ని సంకలనాలు వెలువరించాలని ఆశిస్తున్నాను.

వీరిపై వారి కుటుంబ సభ్యులపై సమాజ హిత కవుల, రచయితల కరుణా కటాక్ష వీక్షణాలు కుంభ వర్షమై కురవాలని, మనస్ఫూర్తిగా కోరుకుంటూ వారు మున్ముందు మరింత పేరు ప్రఖ్యాతులు పొందాలని, రచయితల కవిత్వాలు కాలగర్భంలో కలిసిపోకుండా ఆదరించాలని, ఔత్సాహిక కవులకు కొండంత బలాన్ని అందివ్వాలని ఆశిస్తూ మరొకసారి అభినందనలు, శుభాకాంక్షలు తెలియజేస్తున్నాను.

ఆత్మీయ సాహితీ మిత్రుడు
కవి రత్న, సహస్ర కవి భూషణ్,
పోలయ్య కూకట్లపల్లి
అత్తాపూర్ హైదరాబాద్
9110784502

పరిచయం

పోలయ్య కవి కూకట్లపల్లి

నివాసం: అత్తాపూర్, హైదరాబాద్,

జననం: మార్కాపురం ప్రకాశం జిల్లా,

వీరి తల్లి దండ్రులు: కీ.శే. భాగ్యమ్మ, కీ.శే. ప్రకాష్ రావు,

భాగస్వామి:సుధారాణి,

విద్యాభ్యాసం: హైస్కూల్ విద్య: తర్లుపాడు,

కాలేజీ:మార్కాపురం,

యం.కాం డిగ్రీ: నాగార్జున యూనివర్సిటీ,

ఉద్యోగం: ఆంధ్ర బ్యాంకులో సీనియర్ బ్రాంచ్ మేనేజర్,

పదవీ విరమణ: 2015.

వీరి సాహితీ ప్రయాణం: 49 సంవత్సరాలు.1975 నుండి, వ్రాసిన కవితలు 3600 పైగా, 3500 కవితలు, 60 పైగా వివిధ దినపత్రికల్లో ప్రచురితం, ప్రముఖ సాహితీ సంస్థలచే సన్మానాలు సత్కారాలు 30 కి పైగా ప్రశంసా పత్రాలు...100 కు పైగా,

పుస్తకాల ముద్రణ: 1. కవితా కిరణాలు 2. జయించడానికి నీవు జన్మించావు 3. సుభాషితాలు సూర్యకిరణాలు 4. స్వామి వివేకానందలా ఆలోచించు రామకృష్ణ పరమహంసలా జీవించు

5. అభిషిక్తుని అమృత వాక్కులు 6. సీక్రెట్ ఆఫ్ సక్సెస్(English Edition)

ఇతర రచనలు: కరోనా మీద 130 కవితలు "అన్న పోలన్న సుభాషితం" "విన్న మీకు శుభోదయం" అన్న మధురమైన మకుటంతో 230 వేమన్న ఆటవెలదుల్లాంటి కవితా పద్యాలు, అనేక కవి సమ్మేళనాల్లో జూమ్ మీటింగుల్లో పాల్గొని మానవ సంబంధాలు సామాజిక అంశాలే ఇతివృత్తంగా ఎన్నో కమ్మని కవితలు వినిపించిన అనుభవం.

కవితా కెరటాలు

1. అక్షర సత్యం 1
2. అమ్మ భాష 3
3. తస్మాత్ క్రోధము విసర్జయే. 5
4. కాల విజేతలే జీవిత విజేతలు.. 6
5. ఎంత పేదవాడికైనా ఐదు ఉచిత నిధులు 7
6. అసలైన అలంకారములు 8
7. గిరిజనులు 9
8. తెలుఁగు నాదేలయన్న.. 11
9. నిరుద్యోగ గీతం 13
10. అధినాయకుడు.. 15
11. అలుపెరుగని జీవన సాగరం:.. 17
12. ఆదర్శ జీవి 18
13. ఇప్పుడు ఎక్కడ చూసినా మౌనమే 20
14. ఉద్యానవనాలు 22
15. ఉమ్మడి కుటుంబం.. 23
16. ఊహలు - ఆలోచనలు 25
17. కవన పోరాటం. 27
18. తిశ్రగతి 29
19. గాలివాటం 31
20. చివరికి మిగిలేది.. 33
21. చాయ.. 35
22. జైజవాన్ 36
23. తెలుగు వెలుగు.. 38

24. తెలుగే నా వెలుగు 40
25. దిగులు చెందకు 42
26. నవ్య ప్రపంచం 44
27. నడిచే మానవ కంకాళంలు 46
28. నా భారతనారీ 48
29. కార్మికుల హక్కులను కాలరాస్తే? 51
30. ఆయుధాలు 54
31. నాడు నేడు 56
32. నామోషీ - ఖుషి 58
33. నిజం మాట్లాడాలి 60
34. నువ్వంతే - నేనింతే 64
35. నేలను తడిమిన నింగి 66
36. నీ హృదయాన్ని 68
37. నైపుణ్యాలే ప్రగతికి సోపానాలు 71
38. బహుజన మేలుకో 72
39. మనస్సు 74
40. మంచిపేరు రావాలంటే 76
41. మనిషి.... నిన్ను నువ్వే సంస్కరించుకో 78
42. మాతృ వేదన 81
43. మూఢనమ్మకాలు మార్చుకో 84
44. యువత 86
45. మొలక బొట్టు 88
46. వక్ర బింబం 90
47. వేళ్ళరక్తం వేణువుమీద 91

48. వీర జవాన్లు 93
49. పచ్చని సామ్రాజ్యం 94
50. యువత సమాజ భవిత 96
51. నా భారతనారి...అంటే...? 98
52. హర్మ్య సౌదాలు 101
53. బరితెగింపుకి ఉరిసరిపోతుందా? 103
54. సమిష్టి శ్రమ సృష్టి అక్షరం 105
55. ఇదే నిజం! 109
56. గ్రంథాలయం 110
57. మట్టి 112
58. మేలుకో 115
59. పరివర్తన 117
60. అక్షరమూ చేనూ! 119
61. గాలివాటం 123
62. దళితవాద విప్లవం 125
63. నిజమే రాస్తున్నా నిర్భయంగా 127
64. తేనె కిన్నెర 129
65. అవనియే నందనవనం 132
66. నాన్నకు ప్రేమతో (నానీలు) 134
67. మాకున్నాయి కన్నీళ్లు 136
68. ఆధునిక శిబి చక్రవర్తి 138
69. "తెలుగు భాషాసుధ" 139

అక్షర సత్యం

గాడేపల్లి మల్లికార్జునుడు
నరసరావు పేట
9000749651

ఓ నేస్తమా /

మరల వస్తుందో, లేదో తెలియని విచిత్రమైన వైనం మన జీవితం /

ఈ విశాలమైన లోకమనే వింత సౌధానికి జన్మనిచ్చిన
తల్లి, తండ్రీ పుణ్య ఫలంగ అతిధులుగా వచ్చినవారం మనం /

మన జననం తోనే మనకున్న మహత్తర బాధ్యత మరువరాదిల ఓ నేస్తం
ఎవరు ఎవరికోసం రారు.
ఎవరు ఎవరికోసం పోరు
అనేది కఠోర సత్యం /

ఊపిరి ఉన్నంత వరకే మనం
ఉన్నతాశయాలకు స్ఫూర్తి ప్రదాతలం /

అందుకే మాతృదేశాభిమానం, పరమత
సహనం, పరోపకారం అనే ఉత్తమ లక్ష్యాలకు
మహనీయులవలె మనం భాగస్వాములమవుదాం/ 4 /

కవితా కెరటాలు

ఆత్మీయతాను బంధాల మాధుర్యాన్ని ఒకరికొకరం

సమరస భావన సాక్షిగ పంచుకుందాం /

మహాకవి గురజాడ వారు చెప్పిన విధంగ

వట్టిమాటలు కట్టి పెట్టోయ్

గట్టి మేల్ తలపెట్టవోయ్

అనే సూక్తికి నిండుదనం చేకూర్చుదాం/

ఎన్నడు వాడని, చెడని మేటి పదార్థమైన

ధర్మమునకు మనమే ప్రతీకలం /

అద్భుత క్షణాలకు ఆలవాలమైన మన జీవిత పర్వాన్ని

మరింత రమణీయంగా మార్చుదాం/

ఇక మనమే నిజమైన ఆనందానికి వారసులం/

మహాత్ముల ఆశయాలకు ప్రతిరూపాలం/

భావితరానికి ఇక మానవత్వపరంగా మార్గదర్శకులం/

అమ్మ భాష

లోడె రాములు
యదాద్రి భువనగిరి
Ph:7382804913

అమ్మ భాష మనకు అమృతము కాదె
కమ్మగా నుండును కవితలు చదువ

వెన్నలా కరుగుచు వెతలను దీర్చు
కన్నతల్లిని పోలి కథలెన్నొ చెప్పు

తేనెలూరించుచు తేటగా నుండు వీణ మీటి నటుల
వినసొంపు గాను

తెలుగుపదములన్ని వెలుగులు జిమ్ము
కలుగును మదిలోన కమ్మని కలలు

కావ్య భాష గనిది కఠినమై తోచు
సవ్యముగ చదువ సరళమై యుండు

ఖ్యాతి నెంతో గాంచె కావ్యాల వలన
ప్రీతిగా చదివిన ప్రేమయే పుట్టు

పలుకుబడుల భాష పలువిధములుగ

చిలక పలుకులుగా చిరునవ్వు దెచ్చు

అచ్చ తెలుగులోన అమ్మ నేర్పగను

స్వచ్ఛమౌభాషగా సౌమ్యము గాను

చదువుతున్న కొలది సరదాలు హెచ్చు

మధువు తాగినటుల మత్తుగా నుండు

దేశ దేశాలలో దివ్యమై వెలిగె ఆసియా భాషలంద

త్యుత్త మంబు

తస్మాత్ క్రోధము విసర్జయే.

డా. ఐనాల మల్లేశ్వరరావు

తెనాలి

Ph:9347537635

సీ. దివ్యమౌ మనసును దెయ్యమ్ములాపట్టి
కోపమ్ము దానిని కొరికివేయు
కుటిలమ్ము నయినట్టి కోపమ్ము సోకితే
మనిషి మనుగడెల్ల మట్టిగలియు
ఆరు శత్రు గణములందున కోపమ్ము
రెండవది యగుటే మెండది గద !
వ్యక్తికి కోపమ్ము అంతశ్శత్రువగుచు
తననే చివరకు నాశనము జేయు

తే.గీ. కోపియైన పరీక్షిత్తు కూలెను గద
కోపియై గదా దక్షుడు కుమతియయ్యె
కోపగుణమె దుర్వాసుని కొంపముంచె
కోపమె హిరణ్యకశిపుని కూల్చివేసె

కాల విజేతలే జీవిత విజేతలు

డా. ఐనాల మల్లేశ్వరరావు

సీ. విబుధ వివేకులు విలువైన కాలమున్
చెడు పనులకు వృధా చేయకుండ
సత్కావ్య సత్కళా శాస్త్రాల తోడుత
కదు మూల్యముగ నెంచి గడుపుచుండు
పసలేని మూర్ఖులు పావన కాలమున్
వ్యసనాల పాలౌచు వ్యర్థముగను
నిద్రతోనో లేక నిత్య ఘర్షణలతో
కాలంబునంతయు గడుపుచుండు

తే.గీ. కాల సద్వినియోగమ్ము మేలు గూర్చు
కాల దుర్వినియోగమ్ము కలత బెంచు
కాల వినియోగమును బట్టి కలదు భవిత
తలచగా కాలమన్నది ధనసమంబు.

ఎంత పేదవాడికైనా ఐదు ఉచిత నిధులు

డా. ఐనాల మల్లేశ్వరరావు

సీ. నీ మోము పైనున్న మేలిమౌ చిరునవ్వు
ఉచితంబునైనట్టి యొకటొవ నిధి
కాంతివంతమగు నీ కనుదోయి యితరులన్
ప్రేమగా జూచెడి రెండవ నిధి
పరులతో మృదువుగ భాషించగల నోరు.
మోదమ్ము కలిగించు మూడవ నిధి
ఎల్ల జనుల యొక్క హితమెంచు హృదయమ్ము
నాణ్యంబునైనట్టి నాల్గవ నిధి

తే.గీ. శ్రేష్ఠమైనట్టి సేవలన్ చేయగలుగు
నీదు కాయమ్ము నీకున్న ఐదవ నిధి
అరయ పేదైన నుండు నీయైదు నిధులు
మనసుదీరగ వినుడయ్య మధుర వాక్కు

అసలైన అలంకారములు

డా. ఐనాల మల్లేశ్వరరావు

సీ. ఐశ్వర్యమున కెల్ల అసలలంకారమ్ము
మానవత్వము గూడి మంచితనము
గణనీయ విద్యకు కడు అలంకారమ్ము
నిఖిల జగతి మెచ్చు నీతి సుమ్ము
సకల ధనమునకు సరియలంకారమ్ము
దీనకోటికి జేయు దానగుణము
అన్నింటికిని గూడ నగు నలంకారమ్ము
మాననీయంబగు మంచి నడత

తే.గీ.పైన తెలిపిన నాలుగు వరలు నెచ్చట
అట్టి దేశమ్ము ఘనముగా నలరుచుండు
ప్రజలు సుఖశాంతులను సదా బడయుచుండు
ప్రగతిదారుల పయనించి ప్రబలురగును

గిరిజనులు

రుక్మిణీ శేఖర్,
బాన్సువాడ
Ph:9177995195

బిక్కు బిక్కుమంటూ అరచేతిలో ప్రాణాలు...
మౌనంగా రోదిస్తున్న వారి మనసులు...
కల్లా కపటం ఎరుగని కాంతి రేఖలు.
మర్మంలేని నిస్వార్ధ జీవులు
అత్యాశ లేని ఆశజీవులు ...
వీరే కొండకోనల్లో చెట్టు చేమల్లో
నిశీధి జీవనం కొనసాగిస్తున్న అడవి మనుషులు
అడవి పొత్తిళ్లలో పురుడు పోసుకొన్న గిరిజనులు.

చుట్టూరా కొండలలో రాత్రివేళ
భయంకరమైన చిమ్మ చీకట్లలో
కొనసాగిస్తున్నారు జీవనం.
ఎండకు ఎండి వానతో తడుస్తూ
చలిగాలుల కౌగిట్లో తలదాచుకుని
పక్షులతో గుసగుసలాడుతూ
జంతువులతో సహవాసం చేస్తూ
బయట ప్రపంచం ఓడలేక
అంధకారంలో బ్రతుకులు
వెళ్లదీస్తున్నారు ఈ ఆటవికులు.

చెట్టుచేమ వారి ఆత్మీయులే
కొమ్మరెమ్మ వారి స్నేహితులే. -
పంచభుతాల పలకరింపులు.
ప్రకృతి మాత ఓదార్పులు.
ఎవరో వస్తారని బతుకులు మారుస్తారని ఆశలు..
శతాబ్దాలు గడిచినా మారని బ్రతుకులు
ఆగని ఆకలి మంటలు
గొందు జాతుల గోడు..
పట్టించుకోరు నేడు.

దినపత్రికను చూడక దేశంలో
ఏం జరుగుతూందో తెలియని
అమాయకపు అడవి బిడ్డలు
ఎటు వెళ్లడానికి దారులు లేక
ఈ దండకారణ్యంలో నివసిస్తున్న
స్వచ్ఛమైన అడవి మనుషులు
చావలేక బ్రతుకుతున్న ఈ గిరిజన వాసులు...

కవితా కెరటాలు

తెలుఁగు నాదేలయన్న

డా॥ పాతూరి సుబ్రహ్మణ్యకవి
కలము పేరు: కృష్ణాత్రేయ
తెనాలి
Ph:8096017553

తెలుగు సాహిత్య మమితమైనది. ఆస్వాదించు వారికి అమృత కలశతుల్యమైనది. భాషావిర్భావమునకు మూలము, భావ వ్యక్తీకరణ, చిత్రలేఖనము. భావాల కనుగుణమైన లిపి యేర్పడి పదము రూపుదిద్దుకొన్నది.

లక్షణ గ్రంథములు, అలంకార శాస్త్రములు ఛందశ్శాస్త్రము లేర్పడినవి. గద్యము, పద్యములు సృష్టింపబడినవి. భిన్న ప్రక్రియలతో, మహా కవులాంధ్రీ క రించిన కథలు, గాథలలో వాఙ్మయము నిక్షిప్తమైనది.

అది, నాటినుండి నేటివరకు అద్వితీయమైనది. ఆధునిక కవిత్వం పేర, పద్యకవిత్వం, వచన కవిత్వం రూపాలు మారాయి. ఎన్నో పోరాటాలకు ఉద్యమాలకు స్ఫూర్తినిచ్చాయి. నేటి తరానికి ఆవిలువ తెలిసేదెలా? ఆ భాషా సంపత్తి, వర్తమానంలో కాపాడ బడేదెలా? నిరంతరము నాలో రగిలే ఈ సంఘర్షణ నుండి వెలువడిన అపరిమితమైన పద్య రచనలో కొన్ని, శ్రద్ధాళువుల కొఱకు;

క. 1) చదువుటయే ఘనమనునా
దది నేర్చిన వారలెల్ల రాదర్శం బా
సదయాత్ముల్ చేపట్టిన
మదిc దోచెడు కార్యముల్ విమలమై నిలుచున్!

క. 2) మంచి తనం బును పల్కుల
నంచిత భావంబు మేలు నా నిత రంబుల్
మించగ నొజ్జలు నేర్పగ
సంచిత విద్యలొనగూడె సద్ధర్మమనన్ !

క. 3) జనులీ సీమలఁ బుట్టి త
గిన భాషా నిరతితోడ గీర్వాణుల నా
ఘన కవనా ధౌరేయుల
వినయాంజలిఁ గొల్వకున్న పేర్కొన ఖలులే!

క. 4) నన్నయ కూర్చగ తెలుఁ గున
నెన్నగ నా కుండలీంద్రుడే నిలుపంగా
వన్నియలద్దగ ఎఱ్ఱన
చెన్నుగ భారత మలరె సజీవ కవనమున్!

క. 5) ఎఱుగంగ యాంధ్ర భాషయె
ఉఱువుగనిడు సాహితీ సముల్లేఖన ముల్
చిఱుముగ నిల్పంగ మహిన్
తఱిగొను టెవ్వారికైన తగునీ వసుధన్!

క. 6) పుట్టినదీ తెలుఁగు పుడమి
గట్టిపలుకులాడ తెలుఁగు గారవ మొప్పున్
మెట్టులు వీణా స్వరముల
కట్టిది రుతమేయగు తెలుఁగది నాదియనన్!

నిరుద్యోగ గీతం

శ్యామలా దేవి సరిపల్లి
హైదరాబాద్
Ph:9398644092

యువతరం ఆలోచించండి ఒక్కసారి...
నిరుద్యోగము ఇది ఒక నినాద స్వరము
ప్రపంచమంతా పాడుతున్న ప్రధాన గీతమే
నిరుద్యోగ గీతం.

మనందరికీ ఉద్యోగం అని
ఆనందగీతంగా మార్చగల శక్తి
సాంకేతిక పరిజ్ఞానం అందిపుచ్చుకున్న
నేటి యువత మీదే ఆధారపడి ఉంది.

తెలివి నైపుణ్యత ఏ ఒక్కరి సొంతం కాదు
సాధనతో సాధ్యమయ్యే సద్గుణాలే
ఆదర్శాలు ఆచరణలో చూపాలి.
యువతరం ఆలోచనలే ప్రేరేపణగా నిలవాలి..

వేతనాలు నచ్చక ఇచ్ఛా పూర్వక నిరుద్యోగులుగా
వెలుతురు కోసం ఎదురు చూస్తూ
నీడలోనే మిగిలిపోయే యువతరం కొందరైతే..

ఆర్థిక మాంద్యం వల్ల ఉపాధులు కోల్పోయి

భావితరాలకు భవిష్యత్ ఎలా అందించాలా అనే అయోమయంలో పట్టభద్రులైన

మేస్త్రీలు ఇంకొందరు.

అల్పోద్యోగాలతో అసంతృప్తి సెగలతో ఆవిరవుతున్న యువకులెందరో..

అభివృద్ధి చెందుతున్న దేశాల్లో నిరుద్యోగానికి

శాశ్వతంగా చరమగీతం పాడాలనే ఆశావాదులు ఎందరో మరెందరో..

విద్యకు తగ్గ ఉపాధి దొరకకపోవడము

నిరుత్సాహానికి నీరు అందించడం లాంటిదే

అధిగమించే శక్తి యువతరానిదే.

అధినాయకుడు

డాక్టర్ పాతూరి సుబ్రహ్మణ్య కవి
తెనాలి
Ph: 8096017553

నాలుగు లక్షణముల మరనాయకుడే
నటు డతండు రాజ్య పరిపాలకుడే
ధీరోదాత్తుడు ధీరోద్ధతుడగుచు
ధీరశాంతుండు ధీర లలితు డగుచు
ఆహార్యముతోడి హావభావములుగ
పాత్రతతోడి పాత్రౌచిత్యము మిన్నగ
కరుణ రౌద్ర భయానక బీభత్సములు
హాస్యశృంగార వీరాద్భుత శాంతములు
నవరసములను పోషించు ఘునుండే
రససిద్ధి గావించు వేల్పతండే
పాత్రపోషణంబు సముచితంబుగా
సహపాత్ర ధారుల యెడ సమంచితముగ
శ్రమధన వ్యయప్రయాస లేమైనా
పరిశ్రమే పరిరక్షించుననైన
నీడ నెఱుంగని నిద్ర సుఖంబగుచు
వాడనెఱుగని వసతి కడుపు నింపుచు
అభినయము కాని ఆర్జన కాదనుచు
ఆరాటంబు లేని ఆనందమగుచు

ఒంటిని మఱచిన ఇంటిని మఱువక
ఒంటరియైన వెంటయశము చేరిక
అన్నిటిని సొంతంబుగావించుకొను.
వెన్నంటి సమాజమును తనదనుకొను
ఆ తడే భువిపై అధినాయకుండు
ఆ తడేయగు ధరపై శాశ్వతుండు

కలము: కృష్ణాత్రేయ

కవితా కెరటాలు

అలుపెరుగని జీవన సాగరం

డా. మైలవరం చంద్ర శేఖర్ గౌడ్
హైదరాబాద్
Ph: 8187056918

గెలుపు ఓటములు
జీవితం అనే కడలిలో
వచ్చు అలజడులు
గెలుపుకు ఉప్పొంగి
ఓటమికి కృంగక

నిరంతర సాధనంగా
ప్రయత్నం అనే ఓడను
అలుపెరుగని విధంగా
నడుపుతూ జీవన సాగరంలో
హాయిగా విహరిద్దాం

ఆదర్శ జీవి

పాతూరి రామకృష్ణ మూర్తి
తెనాలి
Ph: 8466916100

వాసికెక్కిన కవిజీవితం
పుస్తకానికి ఎట్టి సంతకం
ఈ శతాబ్దపు మార్గదర్శకం
తెలుగున సాంస్కృతిక విజయం

నేను సైతం అన్న వేళతో
కొత్త సృష్టి మొదలు కాదా
నేనొక్కడ్నేనిలిచిపోతే
నవ శతాబ్దం అంతమవదా

బాటసారీ నిజం తెలుసుకో
నీలినీడలలో పడకముందే
ఒక్క క్షణంలో రాత మారకముందే
తల్లే దైవమని తెలుసుకో

ఒంటి కాలి గుణ్ణం
కష్టజీవి లేని దేశం
అది కదల లేదు, దీనికి విముక్తి లేదు

కదలవోయి మానవుడా, నిదురలేచి నడవరా

కుదిరితే పరుగెత్తరా, ఏదైనా చేసి చూపరా

శ్రమజీవులు, హత భాగ్యులు

కాల్సేతులు ఆడించనిచే, జయభేరి మ్రోగించనిదే

రథమునిలిచి ఎదురుచూస్తే, తమ్ములార ఏడవకండి

మిట్టపల్లాలను ఏకంచేస్తూ, మీ కష్టానికి ఖరీదు లేదంటూ

సాహసి వచ్చినపుడే, అభ్యుదయానికి అంకురార్పణ,

అని పలికిన కవీ, నీ పలుకులు వట్టివి కావు

కవుల బాధ్యత నిలబెట్టిన నీవే నిజమైన దేశపౌరుడవు

కవీ! నీవే ఆదర్శజీవుడవు!

ఇప్పుడు ఎక్కడ చూసినా మౌనమే

చొక్కర తాతారావు
విశాఖపట్నం
Ph: 6301192215

అడగాల్సిన చోట అడగటం
ప్రశ్నించాల్సిన చోట ప్రశ్నించటం మానేశాం
ప్రశ్న ముందు మౌనం
తలదించుకుంది
ఇప్పుడు ఎక్కడ చూసినా మౌనమే

నీచుట్టు ముళ్ళ కంచె కట్టుకుని
నీకు నువ్వే ఓ మౌన లోకం సృష్టించుకున్నావు
మనిషి కన్నా ముందు మౌనం మాట్లాడుతోంది
నీలో నిన్ను చూసుకోకుండా మరొకరికి భరోసా ఇస్తున్నావు
నీ బాధను నీలో
దాచుకోకుండా
ఎదుటి వాడి పుండు మీద కారం జల్లుతున్నావు

ప్రశ్న ఇప్పుడు అవినీతికి చేతులిచ్చి పోరాటం చేయడం   మానేసింది
కులం నీడన కునుకు తీసి మౌనంగా బతికేస్తోంది
ఎదుటివాడు చేస్తే అవినీతి తనవాడు చేస్తే రాజనీతి
ఇప్పుడు అందరికీ అదే ధర్మ సూత్రం

కవితా కెరటాలు

మౌనం ఇప్పుడు కాలం చుట్టు తిరుగుతోంది
మౌనాన్ని మోకాళ్ళలో దాచుకున్న కాలం
మనుషుల్ని పట్టించుకోవడం ఎప్పుడో మానేసింది
ఇప్పుడు కాలం మీద దండయాత్ర చేసే దండొకటి వచ్చింది

పోరాటం చేయకుండా మనుషుల మీద మౌనం చల్లేసి పోయింది
గొంతు విప్పకపోతే మౌనం అంగీకారమే
నీ మౌనాన్ని పాలకులు ఓట్లుగా మలుచుకుంటున్నారు.
మనిషిని మనిషి దోచుకున్నా మౌనం ఇక్కడ ప్రేక్షక పాత్ర వహిస్తుంది
మనిషిని మనిషి చంపుతున్నా మౌనం కళ్ళకి గంతలు కట్టుకుంటుంది
మనిషి మనిషి పక్క పక్కనే ఉన్నా మౌనం వాళ్ళను విడదీస్తుంది
ఇప్పుడు అక్షరానికీ చీడ పట్టేసింది
అక్షరం అక్షరం ' కలవాల్సిన చోట మనుషులు సమూహాలుగా
విడిపోతున్నారు
జనం కోసం నినదించవలసిన అక్షరం'
అవార్డుల కోసం ఆరాట పడుతోంది.

నువ్వు మౌనంగా ఉన్నప్పుడే వాడు నిన్ను దోచేశాడు
సంపద దోస్తేనే దోపిడీ కాదు
మౌనం దోచినా దోపిడే మనిషిని మనిషి మాయ చేసే కాలంలో
మౌనం ఓ దండయాత్ర కావాలి

ఉద్యానవనాలు

డా. కె. శైలజ
బెంగుళూరు
Ph: 9008479629

పలకరించేవారు కరువై
ముదిమి వయసులో భారంగా కాలం గడుపుతున్న పెద్దలకు తమలాంటి
నలుగురితో చేరి కాస్తంత కాలక్షేపాన్ని అందించే నందనవనాలు,
వృద్ధుల పాలిట వరాలు ఉద్యానవనాలు.

ఇరుకు గదుల్లో ఇమడలేక నగరీకరణతో పోటీ పడలేక
నాలుగు గోడల మధ్య నలిగిపోయే చిట్టి పొట్టి బాలలకు
స్వచ్ఛ వాయువుల నిచ్చే చక్కని ఆట స్థలాలు ఉద్యానవనాలు.

ఇంటి పనులతో అలసిన గృహిణులకు
తామంతా ఒకచోట చేరి కబుర్లు చెప్పుకొని
సేదతీరే చక్కని ప్రదేశాలు ఉద్యానవనాలు.

మూస చదువులు సెల్ ఫోన్లతో
యాంత్రికమైన జీవితాన్ని గడుపుతున్న యువతీ యువకులకు
చక్కని ఆలోచనలు రేకెత్తించే పర్ణకుటీరాలు ఉద్యానవనాలు.
కాంక్రీట్ మయమైన నగర జీవితంలో
సగటు జీవికి కాస్తంత ఊపిరి పోసే సుందర వనాలు   ఉద్యానవనాలు.

ఉమ్మడి కుటుంబం

వడ్డేపల్లి నర్సింగరావు
హైదరాబాద్
Ph: 9959945645

అమ్మ నాన్నల బాగోగులు బాధ్యతగా భావిస్తూ-
కాళ్ళకు ముళ్ళు గుచ్చుకుంటే కలవరపడి కొడుకులుగా...
అత్త మామలను అహర్నిశలు ఆరాధిస్తూ...
సకల సపర్యలు సంతోషముగా చేసే కోడళ్ళుగా ....

ఆట పాటలతో - మధురమైన మాటలతో
ఆప్యాయతలొలుకబో యు పౌత్రి, పౌత్రులుగా..
సమతా, మమతల సమభావంతో
కలిమిలేముల, కష్ట సుఖాల కలిసి పంచుకుంటూ..
హార్థికంగా తప్ప ఆర్థిక గణాంకాలు చేయక
అనంద పరివారంగ అలరారితే...

తల్లిదండ్రులమంటు తప్పొప్పులు ఎంచక
అత్త మామలమంటు ఆరళ్ళు పెట్టక
ఆధునిక నడవడిని అవహేళన చేయక
పొరపాట్లు ఎవరు చేసిన ఏకరువు పెట్టక...

అపార అనుభవంతో ఆరితేరినప్పటికీ
సంప్రదిస్తేనే సలహాలనిస్తూ..
పెద్దవారమంటు పెత్తనం చెలాయించక
ప్రేమానురాగాలతో కొనసాగుతుంటే..

వేరు కాపురమంటు మాట రాకుండా..
ఉమ్మడి కుటుంబంగానే వర్ధిల్లుతుంది.
ప్రతిరోజు పండుగలా పరవశిస్తూ..
శాంతి, సౌభాగ్యాలతో పరిఢవిల్లుతుంది.

ఊహలు - ఆలోచనలు

కళ్యాణి పబ్బతి,
హైదరాబాద్
9985990709

ఏమిటి ఈ ఊహలు
ఏమిటి ఈ ఆలోచనలు

నన్ను ఊయలలూగిస్తున్నాయి.
ఈ ఊహలు

నాకు మధురానుభూతులు.
కలిగిస్తున్నాయి ఈ ఆలోచనలు

ఏమిటి ఈ ఆశలు
ఏమిటి ఈ కోరికలు

నాకోసం ఒకరు తప్పకుండా
వస్తారని ఈ ఆశలు
నాకోసమే ప్రేమను పంచుతారని
ఈ కోరికలు

కవితా కెరటాలు

ఎందుకు ఈ ఎదురుచూపులు
ఎందుకు ఈవిరహములు

నా ప్రాణానికి ప్రాణం కోసం
ఈ ఎదురుచూపులు

అంతవరకు తప్పవు
ఈ విరహము వేదనలు

కవన పోరాటం.

కె. వి. యస్. గౌరీపతి శాస్త్రి
విశాఖపట్నం
Ph : 9502101502, 9985433723

కవన రంగ పోరాటమిది /జరుగు కలాల పోరాటం.
అక్షరాలే ఆలంబనమై / కలాలే ఆయుధములై
కాగితములు ఆధారమై/ వేదికలే ఆస్థానములై
కవులే రధ సారధులై / సాగించే నీ కవన పోరాటం..

అక్షరములే కుసుమాలై / సిరా చుక్కలే దారాలై
పద సంపుటిలో మాలలై / పద్యములే గజమాలలై
కవులే స్వరూపకర్తలై / గళ విన్యాసాల నర్తనలై
జనుల గుండెల వేదికపై / సాగును ఈ కవన పోరాటం

భాష భావాల ఆధారముగా / అనుభవాలే చిరు చినుకులుగా
భావా వర్షపు పెను ధారలుగా / పేదల వేదనలే మెరుపులుగా
సమాజ ఉసురులే ఉరుములుగా / పెత్తందారులపై అక్షర పిడుగులుగా
వివక్షా భూసురులపై పెను తుఫానులా కధనాలే ఆసరాలై సాగే కవన పోరాటం.

ఎవరికి వారే పోటీ వారికి వారే సాటి / కుల మతాల వివక్ష ఉండదనేది సత్యం
వర్ణ వర్గాల విభేదాలుండవనేదీ నిజం / సమాజ హితమే నిర్దేశిస్తుంది లక్ష్యం
క్రమశిక్షణే మూలసూత్రం అనుక్షణం / కవులమధ్య జరిగే నిత్య మేధోమధనం
రంగరించి కురిపించు కవన కథనవర్షం / కవనాలే ఆసరాలై సాగే కవన పోరాటం

ఆదరించి ప్రోత్సహిస్తే సెలయేటి ప్రవాహం / మురిపించి కురిపించు నవరస మాధుర్యం

ఆదరణే లేకుంటే ఉబుకు కన్నీటి సంద్రం / రాత మీద మమకారం అందనీదు సహకారం

రాతి గుండెల నడుమ నడయాడు వ్యవహారం / పంట పండితే కురిపిస్తుందిగా కాసులవర్షం

ప్రమాదమో ప్రమోదమో తెలియని ఈ పోరాటం / అనుగ్రహముంటే పొందుతుంది రాజ సత్కారం

ఈ అనుభవం కవులకు నిత్య సాక్షాత్కారం.

పడి లేచే కెరటాలేగా కవులకు ఆదర్శం/ అందుకున్న తీరపు కాదుగదా శాశ్వతం

ఆకాశమే హద్దుగా సాగ గలగాలి మీ కవిత్వం /సూర్యచంద్రులకే తప్పదు గ్రహపాటు క్షణకాలం

నిత్యం మెరిసే తారలుగా విలసిల్లాలి కవికులం / సమాజ హితం కోరే కవులకు రాకూడదు నిస్తేజం

కవులేగా చేయగలరు సమాజానికి మార్గ నిర్దేశం / అందుకే సాగాలి నిత్యం కవుల కవన పోరాటం

మాతృ ఒడియేకదా మన మమతల మందిరం / మాతృభాష లేకుంటే మన మనుగడయే శూన్యం

మాతృభాషేగా అందించును భావ స్వేచ్ఛాసౌలభ్యం / చేపట్టాలి మాతృభాష పరిరక్షణ ఉద్యమం

మాతృ భాషను కానివ్వద్దు ఎన్నటికీ నిర్వీర్యం / మాతృభాష లకు చేయాలి నిత్య పట్టాభిషేకం

మన మాతృభాష తెలుగేనని గర్వంగా చాటేద్దాం.

జై తెలుగు తల్లి, జై జై తెలుగు తల్లి, జై జై జై తెలుగు తల్లి!

త్రిశగతి

సావిత్రి ప్రసాద్ గునుపూడి
కాకినాడ
Ph: 9542698738

ఉన్నోడిని లేనోడికి పంచాలని చెప్పాలా
సాటి మనిషి పాండిత్యం గుర్తించాలని చెప్పాలా

అహంకార ద్వేషాలను వదిలేసిన మనిషేడీ
తారతమ్య భేదాలను మరవాలని చెప్పాలా

కులవివక్ష పీడితులకు దయచూపే వారేరీ
భేషరతుగ సమానముగ చూడాలని చెప్పాలా

అందరిలో దేవుడినే చూడగలుగు కనులేవీ
మనిషిలోని మంచితనము కాంచాలని చెప్పాలా

అసూయతో పరులకీడు కోరరాదు ఓ మనిషీ
ఉన్నతమగు భావాలను నిలపాలని చెప్పాలా

అన్నార్థులు, శరణార్థులు వారిపైన దయ చూపు
మంచి చేయు భావనలను నింపాలని చెప్పాలా

ఒకరితోను మరియొకరూ కలిసుంటే ఓటమేది
ఐకమత్య బలమేంటో చాటాలని చెప్పాలా

దేశమంటే మట్టి కాదు మనుషులని తెలుసు కదా
సమసమాజ స్థాపనకై చేయిమ్మని చెప్పాలా

ఒకరికొకరు సాయానికి ముందడుగులు వేయరేల
సావిత్రికి దేశసేవ చేయాలని చెప్పాలా

గాలివాటం

దుర్గా ప్రసాద్ అవధానం
నల్గొండ
Ph : 9492608314

కళ్లు వుంటాయి
చూస్తున్న వైపు చూపులుండవు
చెవులు వుంటాయి
వింటున్న వైపు వినికిడి వుండదు
మొత్తానికి మొత్తం
దేహం ముంగట్నే తిరుగుతూ వుంటుంది.

వినేది లేనట్టు
చూసేది లేనట్టు
మాట్లాడేది యికేందన్నట్టు
మనసెప్పుడూ యిక్కడుండదు.
నేనెప్పుడూ యెక్కడో వుంటాను

గాలివాలుగా
గతంలోకి
భవిష్యత్ లోకి
తిరుగుతూ వుంటాను

చలనచిత్రంగా తిరిగే
కలల చిత్రం చూస్తూ

నా చీకటి గదిలో

నేను పోగు చేసుకున్న

దృశ్యాలతో ధ్వనులతో

నా లోపల నాటుకొని

కొన్ని దృశ్యాలకి శబ్దాలకి

యే అర్థం వుండదు నా దగ్గర

అందులో మచ్చుతునక

అర్థం లేకుండా నిరుపయోగంగా పడివున్న

దృశ్యాల్లోని శబ్దాలు కొన్ని యిక్కడ

ప్రేమ. ప్రకృతి. జీవం. విశ్వం

పైన చెప్పిన వీటన్నింటికి వొకటే అర్థం

ఏకణంగా వుంటూ కలలు మనసూ లేని

గతానికి భవిష్యత్ కీ తిరగని

వర్తమానమని

గాలివాలుగా

గతానికి భవిష్యత్ కీ తిరుగుతుంటాను.

ప్రయాణ నిమిత్తం

పాస్పోర్ట్ లూ-వీసాలూ-పాలసీలూ -డబ్బులూ

ప్రస్తుతానికి యివే నా లోకం

యిప్పటికీ యీ గ్రహంలో

యికముందు యే గ్రహమో యే లోకమో!!

చివరికి మిగిలేది

మచ్చ రాజమౌళి
దుబ్బాక
Ph: 9059637442

నువ్వు పెంచుకున్న ప్రేమలు నీవి కావు
నువ్వు తవ్వుకున్న నిధి నిక్షేపాలు నీతో రావు
వెలకందని సమాధిలో నువ్వెలిగిపోయినా ఎవ్వరికీ ఏమీకావు
నిన్ను నువ్వే ఆత్మ ద్రోహం చేసుకుంటున్నావు"
అన్నీ నావేనన్న భ్రమలో

కాలం ఒడిలో
కరిగిపోయే క్షణాలకు
కొత్త రంగులు అద్దుకుంటూ
దేహాన్ని కప్పుకున్న శ్వాసకు
చివరకు మిగిలేది ఏది..?

నిద్రపోయిన దేహం
తెల్లారి లేసేంత వరకు తెలియదు.
ఈ ప్రాణం నడుస్తోందని

గాలి ఆగిపోతే ఈ దేహం నీదికాదు
చలనం నీకు లేకపోతే మనిషివని అనిపించుకోవు.

మళ్ళొస్తానని మరణమెప్పుడూ చెప్పదు.

మనిషి లక్షణాలను మృగ్యం కానీయకు

గతాన్ని ముందరేసుకుంటే

నీపైన నాలుగు మంచి మాటలు నిలిచుండేలా చూసుకో.

చాయ

కనకయ్య మల్లముల
సిద్ధిపేట
Ph: 9440554042

చాయపత్తి పాలు చక్కెరను కలిపి!
పోయ్యి మీద పెట్టి పోసి కాచి !!
వేడిగాను ఇంతి వేడుకగా చాయ!
అమృత తుల్య మేను ఆరగించు!! 1

చిక్కనైన పాలు చక్కని గంగమ్మ!
నల్ల చాయ పత్తి నల్ల యమున !!
కరిగి ఉన్న పంచదార సరస్వతి!
ఈ త్రివేణి సంగ మేర చాయ!!2

అతిగ తాగితే నాకలి చెడునుర!
అసలు తాగకున్న ఆగము మరి!
పరిమితముగ నైన ఫలితముండుకదర!
అదిరిపోవుర రుచి నారగింప !!3

బాధ లోను చాయ బంధు వచ్చిన చాయ!
విందు లోను చాయ వీధి చాయ!
అలసి యున్న ఛాయ ఆకలైనా చాయ!
ఇంటిలోని చాయ ఇష్ట చాయ !!4

జైజవాన్

యలవర్తి చంద్రకళ
విజయవాడ
Ph: 8008915928

అక్కడ ప్రతి రోజూ వానలా
విషం కురుస్తూనే వుంటుంది.
అది దేశ సరిహద్దు తెల్లని మంచుతో పాటు
ప్రాణాలు తీసే తూటాలు నిత్యం కురుస్తుంటాయి
అక్కడ మృత్యువు ప్రతి క్షణం
కరాళ నృత్యం చేస్తుంటుంది

దేశంకోసం సిపాయిలు తమ ప్రాణాలు
అర్పించడానికి సిద్ధంగా వుంటారు.
సన్నని సరిహద్దుకి ఇరువైపులా
బారులు తీరిన సైన్యం
వారి మధ్యపోరు సాగుతూనే వుంటుంది
నెత్తురు ఏరులై పారుతూనే వుంటుంది
క్షతగాత్రులు హాహాకారాలు మిన్నంటుతుంటాయి.

భరత మాత రక్షణలో వీరోచితంగా పోరాడి
వారు మౌనంగా నేలకొరుగుతారు
అక్కడ శవ పేటికలు ఎప్పుడూ సిద్ధంగా వుంటాయి

వారి పార్థివ దేహాలు కుటుంబాలను చేరతాయి
మరణానంతరం పరమ వీరచక్ర, బిరుదులివ్వబడతాయి
గౌరవప్రదంగా అంతిమ యాత్ర సాగుతుంది
సైనిక వందనాలతో దహన సంస్కారాలు జరపబడతాయి.

ఒక భార్య తన పసుపు, కుంకుమలను
ఒక తల్లి తన బిడ్డను
ఒక బిడ్డ తన తండ్రిని కోల్పోతూనే వుంటారు

వీర పత్ని కావడానికి సిద్ధమయ్యే
ఓ ఆడపిల్ల సైనికుని పత్ని అవుతుంది
ఆ త్యాగ మూర్తులకు, అమృత హృదయులకు
ఏమిచ్చి వారి ఋణం తీర్చు కోగలము.
శిరస్సు వంచి నీరాజనాలు అర్పించటంతప్ప

జైజవాన్! నీకు సలాం! జైహింద్!

తెలుగు వెలుగు

పల్లం పిచ్చయ్య

సత్తుపల్లి

Ph: 9347308967

తెలుగు నా జీవనం
తెలుగు నా జీవన గానం

తెలుగు నా మనస్సు నిండుగా ప్రవహిస్తోంది
తెలుగు అక్షరాలలో నా బాల్యాన్ని పరుచుకొని
పరవశించాను

తెలుగు అంతరాంతరాళల్లో నిగూఢంగా
నిక్షిప్తమైన అక్షరాలను నాతో పంచుకుంటుంది.

కవుల కలాల గుండా వయ్యారంగా ప్రవహించి
పునీత మౌతుంది తెలుగు

కథలకు, వ్యధలకు, కవితలకు దర్పణంగా నిలిచి
నిశ్చలంగా, నిర్మలంగా చూస్తుంది తెలుగు

మనసుకు అంటిన మలినాల్ని కడిగేసి
కాలం చేసిన గాయాల్ని మాన్పేసి
నవ్వుతూ ముందుకు సాగుతుంది తెలుగు

జీవన యాత్ర ముగించి శాంతిని
ఈ తెలుగు నుండి పొంది
అనంత యాత్రకు స్వాగతం పలుకుతుంది తెలుగు

ఎన్ని వేదనలనో మోసి
ఎంత విజ్ఞానాన్నో పంచి
ఎన్ని సంస్కారాలనో నేర్పించి
ఎన్ని జీవితాలలో పండించి
వేదంలా ముందుకు సాగుతుంది తెలుగు

ఈ తెలుగు నుండీ సమస్తం తెలుసుకుంటూ
ఈ తెలుగునే ప్రాణంగా చూసుకుంటూ
నవీన నాగరికతను, నవ చైతన్యాన్ని
ఈ తెలుగు నుండే పొందుతూ సాగిపోతానిక

తెలుగే నా వెలుగు

పొన్నూరి భరత లక్ష్మి
ముంబై
Ph: 9320036339

తేనెలోని మధురిమ నా తెలుగు
కవిత్రయ కావ్యాలలో కమనీయమై
పోతన శ్రీనాథుల పద్యాలలో పరిమళించి
భువన విజయాలు అష్టావధానాలతో
అలరించిన నా తెలుగు

అన్నమయ్య త్యాగయ్య కీర్తనలలో పరవశించి
ఎంకి పాటలలో వయ్యారాలొలికించి
కూచిపూడి నృత్యాలలో ఘల్లుమని
కవుల కలాలలో పరుగులిడిన నా తెలుగు

కృష్ణా గోదావరీ తరంగాలలో కేరింతలాడి
వేమన సుమతీ శతకాలలో నీతిని నింపి
ఎం.ఎస్. సుబ్బలక్ష్మి గళం లో భక్తిని పొదివికొని
కొమ్మలలో దాగిన కోయిల గానంలా
వీణానాదంలా నెమలి నాట్యంలా మైమరిపించే నా తెలుగు

ఏదేశమేగినా ఏ భాష నేర్చినా
సంస్కృతీ సాంప్రదాయాలను విడువక
మాతృభాషను మాతృభూమిని మరువక
దేశభాషలందు తెలుగు గొప్పదని చాటి
వెలుగులు విరజిమ్మిన నా తెలుగు
నా మాతృభాష తెలుగు

దిగులు చెందకు

నాగేశ్వరరావు నెల్లిపూడి
గాజువాక
Ph: 9177693983

దిగులుగాఉండకు
ఉంటే భయం వేస్తుంది
సమస్యలుఎప్పుడూ ఉంటాయి.
సహనం వహిస్తే సర్దు కుంటాయి.
భయంకూడాతొలగి పోతుంది.
అపుడు నీకు కలుగుతుంది మనశ్శాంతి
అందుకేనేమో మౌనంగా యోగా చేయాలి.
యోగా చేస్తే సకల రుగ్మతలు
తొలగుతాయి.
ముఖ్యంగా ఆధ్యాత్మిక చింతన కలుగును తద్వారా
పరిపూర్ణత చేకూరు భయం తొలగి.
అదే ధైర్యం.ఇదినిజం
తోడుతుంటే నీరూరు
పాడుతుంటే గాత్ర శుద్ధి అగును
మంచిమాటలు చెబుతుంటే
మనిషి విలువ పెరుగును
సాధ్యంకానిదిలేదు
ఓర్పు సహనంతో

సమకూరు అన్నీ
ఈధరణిలో.
శుభం

నవ్య ప్రపంచం

శ్రీ అరుణం శ్రీనివాస్
విశాఖపట్నం
Ph : 9885779207

ప్రపంచం చాలా దూరంగా అనిపిస్తుంది... పడిపోయినవాడికి,
అనంతం కూడా చాలా దగ్గర అనిపిస్తుంది...పడి లేచినవాడికి,

నిరంతరం పడిలేచే కెరటానికి ఏది దగ్గర? ఏది దూరం?
నడుస్తూనే వెలుగూచీకట్లు చూసేవారికి ఏది కష్టం? ఏది ఇష్టం?

అందుకునే దారులు ఉంటే...కష్టం కూడా సులభమే
ఆపదలు మాత్రమే కనిపించే కళ్ళకి... అందంకూడా అయోమయపు లోకమే

నీ ఎదుగుదలని ఓర్వలేని నోళ్లు ఎంతగా.... నిన్ను బాధించినా వెరవకు
నీ కష్టాన్ని పంచుకోని బంధాలు ఎంత దూరమయినా... రోదించకు

నీ బాధల్లో పక్కకు జరిగిపోయిన మనసులు ఎప్పుడొచ్చినా... ఎదురెళ్లకు
నీ కన్నీరును తుడవని మనుషులు ఎందరున్నా... లెక్కించకు,

నువ్వెక్కడ పడిపోయావో.... అదే నీ జీవితానికి పుట్టుక
నువ్వెక్కడ పడి లేచావో...అదే నీ జీవితపు యవ్వనం
నిరంతరం నిన్నెవరు నడిపించారో... వారే నిజమైన దైవం
వేదనలో నీ మనసు ఎవరిని గుర్తించిందో... అదే నీ సొంతిల్లు...

నీ కన్నీటిని తుడిచిన చేతులే... నీకున్న బంధం,
ఇప్పటికయినా తెలుసుకో.

భయం నుండి బయటకు రావటమే అతి పెద్ద విజయం
భావం నుండి భవితను నిర్మించటమే అతి పెద్ద ప్రయత్నం

నడక నుండి నమ్మకాన్ని రచించటమే అతి పెద్ద వాస్తవం
మనుషుల నుండి నవ్వులను కోరుకోవటమే మాధవుని స్వరూపం,

ప్రపంచం ఎప్పుడూ మీకోసం ఈ ప్రశ్నలతోనే చూస్తుంటుంది
జవాబులు సిద్ధం చేసుకోవటమే నీ జీవితపు చిరునామా కావాలి,

నడుద్దాం ఆ నవ్య మానవతీరం వైపు....
నడిపిద్దాం ఆ మానవత్వపు నవ నిర్మాణం వైపు.

నడిచే మానవ కంకాళంలు

వావిలిపల్లి రాజారావు,

పొందూరు

Ph : 9963606391

ఎన్ని ప్రేగులు మండుతున్నవో!
ఎన్ని గుండెలు రగులుతున్నవో
ఎన్ని కన్నులు సంద్రంగా మారితివో
అవి దేహాలు కావు
ఎముకల గూడులు|
అవి శరీరాలు కావు
నడిచే మానవ కంకాళాలు
అది సంఘర్షణల లోకం
అంత మెరగని ఆర్తనాదాల శ్మశానం
బతుకు బండి సాగడానికి
పరితపించే జీవన యాత్ర
కూడు లేక
గుడ్డ లేక తల్లడిల్లే దారిద్ర్యపు దరిత్రి
అమితమైన క్షుద్బాధ తో
నులక మంచాల పై
ఊపిరొదులుతున్న అభాగ్యులెందరో!
బడికి పోని సంచార జాతుల బాలలు
దాహార్తితో అల్లాడుతున్న జన భారతం

విద్యుత్ దీపాలు కానరాని గుడిసెలెన్నో!
గంగ, గోదారు లుప్పొంగుతున్నవి ఓ వైపు
తిండి లేక అలమటిస్తున్న దీనులు మరోవైపు
అసమానతల సంకెళ్లు ఊడగొట్టే దెప్పుడు?
బడుగు జీవుల వెతలకు
భరతం పలికేదెప్పుడు?
పండితులారా! కదలండోయ్!
బంగారు భారతానికి భరోసా పలకండోయ్!!

నా భారతనారీ

పోలయ్య కవి
కూకట్లపల్లి
Ph : 9110784502

నా భారతనారి...అంటే...?
అలంకరణ పేర...
అంగడిబొమ్మలా... అర్ధనగ్నంగా...
అందంపేర గుడిపైన బూతుబొమ్మలా
గుట్టురట్టయ్యేలా...అసహ్యంగా...

నాగరికతపేర...వాత్సాయనుడి కామశాస్త్రంలో...శృంగారభంగిమలా...
అసభ్యంగా....బరితెగించి నవ్వుతూ
నడిబజార్లో తిరిగేది...నా భారతనారి కాదు...

హొయలు పడుతూ...
వంకర్లు తిరుగుతూ
పబ్లిక్ గా రోడ్లమీద
పగలబడి నవ్వేది...
నా భారత నారి కాదు...

ప్రపంచ సుందరిలా

ప్రబంధ నాయకిలా

అందని తన అందాలను

ఆరబోసేది...

నా భారతనారి కాదు...

దూరదర్శన్ లో

ప్రవహించే ఫారిన్ కల్చర్ కి

ప్రతిరూపం...

నా భారతనారి కాదు...

ఎముకల గూడుగా

మార్చే ఎయిడ్స్ ను

దిగుమతిచేసే..."దిష్టిబొమ్మ"...

నా భారతనారి...కాదు...

నా భారతనారి...అంటే..?

తలనిండా పూలుపెట్టి

"తల్లిలా" కనిపించు...

చేతినిండా గాజులు

తొడిగి "చెల్లిలా" అనిపించు...

నా భారతనారి...అంటే..?
సీతమ్మ తల్లిలా మండే
అగ్నిగుండంలో
దూకే..."ఆదిపరాశక్తి" !

నా భారతనారి...అంటే..?
సతీసావిత్రిలా
సంప్రదాయాలకు...
సంస్కృతికి సహనానికి...
సంస్కారానికి..."సజీవసంకేతం" !

నా భారతనారి...అంటే..?
నిస్వార్థ సేవకు నిలువెత్తు నిదర్శనమై
మదర్ థెరిసాలా ప్రపంచానికి
ప్రేమను పంచే..."శాంతిపావురం" !

కార్మికుల హక్కులను కాలరాస్తే?

పోలయ్య కవి
కూకట్లపల్లి
9110784502

అరచేతిని అడ్డుపెట్టి
సూర్యకాంతిని ఆపాలనుకుంటే...
అఖండమైన కార్మిక కర్షక శక్తిని
అణచివేయాలనుకుంటే...
అది అజ్ఞానం...అవివేకం...అసాధ్యం...

సంస్థసిబ్బందిని ఇబ్బంది పెట్టి...
వారి కడుపులు కొట్టి శ్రమను దోచి
కార్మికుల హక్కులను కర్కశంగా
కాలరాసిన కార్పోరేట్ సంస్థలెన్నో
కాలగర్భంలో కలిసి కనుమరుగైపోయే...
కష్టజీవులు తమ కన్నబిడ్డలన్నవే
చరిత్రలో శాశ్వతంగా నిలిచిపోయే...

ప్రగతి రథచక్రాలు కదలాలన్నా
ప్రజలు సుఖంగా జీవించాలన్నా
శ్రామికులు కార్మికులు కర్షకులు తమ
రక్తాన్ని స్వేదంగా చిందించక తప్పదు

ఔను...ఎండే కడుపులతో
మండే గుండెలతో మండు టెండల్లో
కొండల మీద కండలు కరిగేలా
బండలు మోసే బ్రద్దలు చేసే ఓ కార్మికులారా !

కార్ఖానాల్లో యంత్రాలనడుమ
రేయింబవళ్ళు శ్రమించే ఓ శ్రామికులారా !
బంజరు భూముల్లో బంగారం పండించే
ఓ కర్షకులారా ! ఓ రైతుకూలీల్లారా!
ఓ తాడిత పీడిత బడుగు
బలహీన వర్గాల బహుజనులారా !

మీ యజమానులను గౌరవించండి !
వారిని దేవుళ్ళుగా పూజించండి!
సంస్థ పురోభివృద్ధికి కృషి చేయండి !
కానీ బానిసత్వానికి మాత్రం బలికాకండి !

మీ హక్కులను కాలరాస్తే?
మీరు పులులై పోరాడండి !
పోరాడితే పోయేదేముంది? చెప్పండి
మీకు సంఘంలో సమానత్వం రావడం తప్ప

ఓ కార్పొరేట్ సంస్థ యజమానులారా !
ఓ బడా పారిశ్రామిక వ్యాపారవేత్తలారా !
మీ సంస్థల్లో శ్రామికులతో కార్మికులతో
బండచాకిరి చేయించుకున్నప్పుడు...

వారు ఆకలిని అణచుకొని
తమ రక్తాన్ని స్వేదంగా మార్చినప్పుడు...
వారు ఆరోగ్యాన్ని పణంగా పెట్టి
మీ సంస్థ అభివృద్ధికి కృషి చేసినప్పుడు...

వారి "చెమట చుక్కలు"ఆరిపోక మునుపే
వారి "కష్టార్జితాన్ని" వారికి చెల్లించాలన్న
"అల్లా సందేశాన్ని" కలనైనా మరువకండి...
"కార్మికుల హక్కులను" కాలరాయకండి...

(మేడే సందర్భంగా కార్మికుల కవిత)

ఆయుధాలు

పోలయ్య కవి
కూకట్లపల్లి
Ph : 9110784502

ఆయుధాలు...
అతీంద్రియ శక్తులు..?

అన్నా..! ఓ ఓటరన్నా..!
ఓ పచ్చినిజం చెబుతా విను
శ్రీ "ఆంజనేయుడికి" తన శక్తి
తనకు తెలియదన్నట్లు...
నీకున్న నీ ఓటుకున్న
ఆ "అఖండమైన శక్తి"
నీకు సైతం తెలియదాయె...

నీ చేతిలో ఉంది ఓటు కాదు
అది ఒక త్రిశూలం...
అది ఒక రామబాణం...
అది ఒక వజ్రాయుధం...
అది ఒక పదునైన కరవాలం...

ఔను నీది ఏ దైవ స్వరూపమో ఏమో...
నీది ఏ దేవతా శక్తి ప్రతిరూపమో ఏమో...

మదించిన మాయమాటల

"మహిషాసురులను" వధించడానికి...

కామపిశాచులైన రాక్షస "రావణాసురుల"

పదితలలు తెగ నరకడానికి...

నమ్మించి నట్టేటముంచే నాయక

"నరకాసురులను" మట్టు పెట్టడానికి...

గుర్తుంచుకునే "గుణపాఠం" నేర్పడానికి...

నీకు సైతం

ఎన్నో అతీంద్రియ శక్తులున్నాయి

అదృశ్యంగాఎన్నో చేతులున్నాయి

ఆ చేతుల్లో ఎన్నో ఆయుధాలున్నాయి

రేపు నీవు ఎవరికి

అమృతాన్ని పంచెదవో..?

ఎవరిపై విషం చిమ్మెదవో..?

ఎవరికి ఎరుక..? నీ చేతుల్లో

అదృశ్యంగా ఉన్న ఆ ఆయుధాలకు తప్ప

రేపు నీవిచ్చే ఆ తిరుగులేని తీర్పు...

తెస్తుంది దేశంలో విప్లవాత్మకమైన మార్పు...

నాడు నేడు

భట్టు శ్రీధర్ రాజు
నిజామాబాద్
9849102599

దేశాన్ని రక్షించే నాయకులు ఆనాడు

నా దేశాన్ని భక్షించే వినాయకులు ఈనాడు.

దేశభక్తి జోరులో సాగే యువత నాడు

దరిదాపు లేని మత్తులో జోగే యువత నేడు.

దేశ సరిహద్దుల్లో మాత్రమే యుద్ధాలు నాడు.

దేశమంతా అంతర్యుద్ధాలు నేడు.

ఆచార్యదేవోభవ నాడు.
ఆ ఆచారమే అసంభవం ఈనాడు
అజ్ఞానంలో సైతం విజ్ఞానానికై పరితపించారు నాడు.

అనంతమైన విజ్ఞానమున్న కూసింతైన
ఇంగిత జ్ఞానం కరువైంది ఈనాడు

అమాయకత్వం, ఆరాధనా ఐకమత్యం ఆభరణాలు ఆనాడు.

కుట్రలు, కుతంత్రాలు, కక్షలు కార్పణ్యాలు పెరిగిపోయాయి ఈనాడు.

సమతా వాదనతో సమైక్యత భావంతో జిగేలు మంది దేశం ఆనాడు

మత వాదనతో ప్రాంతీయ వేరు భేదాలతో భగ్గుమంది దేశం ఈనాడు.

స్త్రీలను గౌరవించడం మన సాంప్రదాయం నాడు.
ఆమాత్రం అన్న గుర్తుంచుకోలేక పోతున్న ఈనాడు.

ప్రతి మంచిని చూసుకుంటున్నాము నాటి అద్దంలో!
ప్రతిబింబించుకోలేమా నాటి మంచిని నేటి యధార్థంలో!

నామోషీ - ఖుషి

జె.వి.కుమార్ చేపూరి
శేరి లింగంపల్లి
Ph: 9640712062

ఇంట అమ్మ చేతి వంట తినాలంటే నామోషీ
బయటికెళ్లి అడ్డమైన చెత్త తినాలంటే ఖుషి
చలువరాతి బండల పై నడవాలంటే నామోషీ
నట్టింట్లో చెప్పుల కాళ్లతో నడవడమే ఖుషి

వీధిలో సైకిల్ తొక్కాలంటే చెడ్డ నామోషీ
జిమ్ముల్లో పైసలిచ్చి మరీ తొక్కడం ఖుషి
ఇంట్లో ఒళ్ళు వంచి పనిచేయాలంటే నామోషీ
డబ్బులిచ్చి జిమ్ముల్లో ఒళ్ళు కరిగించుకోడం ఖుషి

ఇంటిపట్టున చదువుకోవాలంటే నామోషీ
డబ్బులు పెట్టి ట్యూషన్ కెళ్ళడం ఖుషి
మీటరు దూరం నడవాలంటే నామోషీ
పక్కింటికి కూడా వాహనమెక్కడం ఖుషి

ప్రభుత్వ బడులలో చదవడం నామోషీ
ప్రభుత్వ ఉద్యోగం చేయడం ఎంతో ఖుషి

ప్రజాసేవ చేయాలంటే చెప్పరాని నామోషీ..
మంత్రి పదవి అంటే మాత్రం మహా ఖుషి

బతికున్నప్పుడు నమస్కరించడం నామోషీ
పార్ధీవ దేహానికి పూలదండేయడం ఖుషి
ఇల్లు వాకిలి చక్కబెట్టుకోవడం నామోషీ
వేదికెక్కి ఉపన్యాసాలివ్వడం మాత్రం ఖుషి

అమ్మ చెప్పిన పని చేయడం నామోషీ
ఆలి మాట జవదాటక పోవడం ఖుషి
న్యాయం నామోషీ, వేదాలు వల్లించడం ఖుషి
భేషజాలు వదలి, మంచిగా బతకరా ఓ మనిషి

నిజం మాట్లాడాలి

పూటుకూరి మహేష్
దోర్నాల
9640713717

నిజం మౌనమైతే
ఆ నిజంలో నిజముండి
ఏం ప్రయోజనం?
అసలు అది నిజమని
ఎలా తెలుస్తుంది?
నిజం మాట్లాడాలి!!

అబద్దాలకు
అడ్డుకట్ట వేయాలి.
నిజం తన సత్తా ఏంటో చాటాలి!!

నిజం మాటలోని పవర్
ఏంటో చూపాలి!!

నిజం చూపులోని శక్తి
సూర్యుడి శక్తి కంటే
వేవేల అధికమని
ఆ వెలుగుల ప్రసరణే

విశ్వం మనుగడకు
ఆధారమని
నిజం ఋజువు చేసుకోవాలి.
నిజం మాట్లాడాలి!!

మౌనమే ఆభరణమని గమ్ముగుంటే
గుమ్మం ముందున్న గొబ్బెమ్మ
దిబ్బ గా మారిపోతుంది.
ఇంకా గబ్బై పోతుంది
మానవ సమాజం!!

నిజం మాట్లాడాలి
నీలో నాలో మనందరిలో
నిదురిస్తున్న నిజం లేవాలి
నిజం మాట్లాడాలి

నింగిని దించాలి.
నేలను పైపైకి తేవాలి.
వికృతిని నిలదీయాలి
ప్రకృతికి భరోసాగా నిలవాలి..!!

నిజం మాట్లాడాలి
మనిషి మనిషి లోకి చొరబడి

మానవత్వాన్ని లేపాలి సమానత్వాన్ని స్థాపించాలి. సత్యం ధర్మం న్యాయం
చట్టాలనే
నాలుగు స్థంభాలపై
నవజీవన విధానాన్ని ఆవిష్కరించాలి..!!

నిజం మాట్లాడాలి
మనిషిలో "మనం" భావాన్ని శాశ్వతంగా నిలిపేందుకు
నిజం మాట్లాడాలి నిజమే మాట్లాడాలి.!!

మరెలా నీవే భయపడితే ఇంకెవ్వరు ధైర్యంగా
ముందుకు వస్తారు
నీవే సవ్య సాచివి
నీవే అస్త్ర సన్యాసం చేస్తే ఎవరు యుద్ధం చేస్తారు ..
లే నిలబడు !!

నీవు ఆంజనేయుడి కంటే
కోటి రెట్ల బలశాలివి
నీ శక్తి ముందు విశ్వంలోని
ఏ శక్తైనా దూదిలా తేలి పోవాల్సిందే !!

నీవు సమస్తాన్ని
నడిపించే నాయకుడివి
నీవు విశ్వమంతా

విస్తరించి వున్న విశ్వేశ్వరుడివి నీవు మాట్లాడాలి

నీవు వినాలి,

నీవు చూడాలి

నీవు శాసించాలి

నీవు మా శ్వాసవై మము నడిపించాలి.!!

నిజం మాట్లాడాలి

తనకు నోరున్నదని మాట్లాడాలి..!!

తనకు కళ్ళున్నాయని చూసానని

చెప్పాలి..!!

చెవులున్నవని

విన్నానని

మరచిపోనని

చెబుతానని నిజం మాట్లాడాలి!!

నువ్వంతే - నేనింతే

దామల చెరువు ప్రసాద్
పొలకం, చిత్తూరు జిల్లా
Ph : 961838139, 863942416

నిరుపేద ధనికుడయ్యేదాక

ధనికస్వాములు ధన వ్యామోహం వీడేదాక

మనుషులలో మానవత్వం పరిమళించే దాక

వర్తకులలో స్వార్థం నశించే దాక

భూస్వాములలో భూకబ్జా విడనాడేదాక

నాయకుల పదవీ వ్యామోహం వీడేదాక

కుల, మతాలనే జాడ్యాలను బోగి మంటలలో కాల్చేదాక

కూడు గుడ్డ నీడ నిర్భాగ్యులకు దొరికేదాక

తెలుగు వనితల సౌభాగ్యం సంక్రాంతి ముగ్గులై విరిసేదాక

అంతరిక్షయానం చేసినా అతివలపై అకృత్యాల వెతలు తొలిగేదాక

తాతయ్యల, నానమ్మల చరమాంకపు కడగండ్లు తీరేదాక

ఊరకే డంబాలు పలికేకన్నా ఆచరించి చూపేదాక

ఊరూరా పేకమేడలు కట్టే కన్నా మనసునే మందిరము చేయుదాక

హింసను వదిలి పరమహంస మార్గము నెంచుకునే దాక

వికలత్వం మనిషికేకాని మనసుకు కాదని తెలుసుకునేదాక

పుట్టిన పొద్దువాడక ముందే నిన్ను నీవు తెలుసుకునే దాక
నవనాగరికపు మోజు వీడి మన సంస్కృతి గుర్తించే దాక
పరభాషాజ్ఞానం ఎంత నేర్చినా మాతృభాషలో సంభాషించేదాక
పొరుగుదేశాల వృద్ధికై తమప్రజ్ఞాపాటవాలను వెచ్చించక జన్మభూమి ఔన్నత్యం
నెరింగి శ్రీమంతుడై వెలిగేదాక
జాతి సమైక్యత, సద్బుద్ధి, సమృద్ధి, సమన్యాయం సాధించేదాక

నేలను తడిమిన నింగి

వి.వి.వి.కామేశ్వరి
వెలగలేరు
Ph:77996 86600

కొత్తపూతల కోసం తహతహలాడుతూ.
బీటలు వారి నెర్రలిచ్చిన భూమి
తొలకరి జల్లుల సయ్యాటకు సిద్ధం అయ్యిందో.. లేదో.
విశ్వాన్ని శుభ్రపరిచటానికా అన్నట్లు
నీలిమబ్బును కరిమబ్బుగా మార్చి
మోడువారిన కొమ్మలకు జలజీవాన్నిచ్చే
వర్ష ఋతువును ప్రసాదిస్తూ....
వరుణుడు ఉత్సాహంతో కురిపిస్తున్నాడు.
చిరుజల్లులనే కాదు...
అప్పుడప్పుడు కుంభవృష్టిని కూడా...
అయితేనేమి...
ఆబగా దాహం తీర్చుకునే దాహార్తిలా...
నేల తల్లి బొజ్జ నింపుకుంటుంది తృప్తిగా!
పైపైకి ఉబికే గంగమ్మను అదిమిపెట్టి
అవసరానికి తగు అన్నట్లుగా...
కొసరి కొసరి తినిపించే తల్లిలా
పైరమ్మకు పచ్చని రైక... పావడకట్టి...
బొండు మల్లెలు సిగను తురిమి.

కొత్త పెళ్ళి కూతురిలా కళకళలాడేలా
చూపించాలని పడే తాపత్రయం
చూసేవారికి కనుల పండుగ చేస్తోంది.
కొండా కోనా జలజలమని జాలువార్చిన జలపాతాలతో ...
చెట్టూచేమలతో పచ్చని తివాచీ పరచినట్లు
చూపరులను ఆకట్టుకొనేలా...
ఊరి చివర సెలయేరులలో విరిసే తామరలతో...
కడిగిన ముత్తెమల్లే...
మిలమిలమని మెరిసే ఇళ్ళూ వాకిళ్ళతో...
వానాకాల సొగసులకి ప్రతీకలుగా
అందంగా అలరించేలా శోభింప చేస్తూ...
నేలకు నింగికి దూరాన్ని చెరిపేసి
వర్షపు ధారలతో ఒకటి చేసే
నేలను తడిమిన వానకు వందనం
చినుకు తడిపిన నేలకు పాదాభివందనం!

నీ హృదయాన్ని

ఆకుల రఘురామయ్య
అనతపురం
Ph : 9866714551

పరుగు వీరుల
కాలి కండరాల కంటే
హెవీ వెయిట్ బాక్సర్ల
జబ్బల కండరాల కన్నా
రెట్టింపులో శ్రమించే శ్రమజీవిని

నేనేమంత అందంగా ఉండను
నా ఆకారం హార్టు గుర్తులా కాదు.
పియర్ పండులా వుంటా
గుప్పెడంతని అంటుంటారు.
కానీ... రెండు గుప్పిళ్ళంత వుంటా
రొమాంటిక్ క్యారెక్టర్ కాదు నాది
నాలుగు గదుల గూడుతో
నిరంతరం కష్టించే కష్టజీవనం
నీ పిండం గర్భస్థ స్థితిలో
వున్నప్పుడే నేను ఏర్పడతా
శరీరమంతటికీ
నెత్తురుని సరఫరా చేస్తూ

నా పోషణ నేనే జరుపుకుంటా
అవసరమైన
శక్తిని సృష్టించుకుంటూ
వాల్స్ మూసుకుంటూ తెరుచుకుంటుండే
స్వయం పోషక అవయవాన్ని

తొంభై వేల కిలో మీటర్ల
పొడవున వుండే నాళాల్లోకి
పదునైదు వేల వందల లీటర్ల
రక్తాన్ని పంపు చేసే
నా బరువు మూడు వందల నలభై గ్రాములు.
నా పొడవు పదైదు సెంటీమీటర్లు
నా వెడల్పు పది సెంటీ మీటర్లు

నిముషానికి 72 సార్లు కొట్టు కొనే నేను.
నీవు నిద్రించేటప్పుడు యాభై ఐదు సార్లు కొట్టుకుంటా
ఆ సమయమే
నా పనిభారం కాస్త తగ్గేది.
పొగతాగుతున్నప్పుడు
మద్యం సేవిస్తున్నప్పుడు
మరింత ఎక్కువ పని చేయాలి.
మీరాపాడు అలవాట్లను మానేస్తే
నిక్షేపంగా నేను పని చేసుకోగలను.

అతిగా తినకుండా
అతిగా ఆలోచించకుండా
ఆందోళన చెందకుండా
వ్యాయామం చేస్తూ వుంటే
నిండు జీవితకాలం
నీకు నమ్మకంగా
సేవ చేసుకోగల
నీ హృదయాన్ని

నైపుణ్యాలే ప్రగతికి సోపానాలు

మైలవరపు చంద్రశేఖర గౌడ్
హైదరాబాద్
Ph : 8187056918

సవాళ్లు విసురుతోన్న
యంత్రాలు నేడు

మరి చదువుల తీరు
కూడా మారాలి నేడు

నైపుణ్యాలే ప్రగతికి
సోపానాలు నేడు

మరి నైపుణ్య శిక్షణకు
ఆశాకిరణాలుగా అంతర్జాల
గోష్టులు నేడు

బహుముఖ నైపుణ్యాలతోనే
నేటి యువతకు
మంచి భవిత రేపు

బహుజన మేలుకో

కొయ్యాడ మల్లయ్య
ములుగు
Ph: 9441481373

బహుజన ఓ బహుజన మేలుకో
నా బహుజన తెలుసుకో
ఓ యువజన మసలుకో
ఓ మహాజన ఏలుకో

ఓ గిరిజన వరి చేరుకో ఓ దళితజన కోలుకో
నలుపు నీదే తెలుపు నీదే
దేశానికి మలుపు నీవే,
ఎరుపు నీదే గెలుపు నీదే
నింగి నీదే నేల నీవే నింగిలో నీలం నీవే
దేశానికి మూలం నీవే, మూలవాసివి నీవే

ఆదివాసివి నీవే ఆదర్శం నీవే
సాయం నీదే వ్యవసాయం నీదే
శ్రమ, పరిశ్రమనీదే, పంథా నీదే
కర్త కర్మ క్రియ అన్నియు నీవే
ఓటు నీదే పాటు నీదే
ఆట నీదే పాట నీదే ప్రతిభా పాటవం నీదే

హమాలిగా అమీరు నీవే

అర్థంలో గరీబు నీవే

చరిత్ర నీదే ధరిత్రి నీదే

కథా నీవే కథనం నీవే

కథన రంగంలో కరము నీదే

అన్నితానైన బహుజన, తానే అన్నియైన ఓ బహుజన

నీ స్థానమే ప్రశ్నార్థకమయెన !

అందుకే మేలుకో ఓ మహజన

మనస్సు

కళ్యాణి పబ్బతి
హైదరాబాద్
Ph : 9985990709

ఆకారం లేనిది మనస్సు
కానీ మమకారం పెంచేది మనస్సు

రంగు లేనిది మనస్సు
కానీ హరివిల్లు లాంటి కోరికలను
రేపేది మనస్సు

సువాసన లేనిది మనస్సు
కానీ మంచి మనుషుల పరిమళము
తెలిపేది మనస్సు

నీడ లేనిది మనస్సు
కానీ మనతో ఎప్పుడూ నీడలా
ఉండేది మనస్సు.

తడి లేనిది మనస్సు
కానీ బాధలతో కంటతడి
పెట్టించేది మనస్సు

మనిషి కాదు మనస్సు
కానీ దాంతో స్నేహము చేస్తే
మంచి చెడులను తెలిపేది మనస్సు

అవయవము కాదు మనస్సు
కానీ జరిగిన గాయం ఎప్పటికీ
మానిపోనియ్యదు మనస్సు

గాలి కాదు మనస్సు
కానీ ఆనందములో మనల్ని
విహరింపజేసేది మనస్సు

బరువు లేనిది మనస్సు
కానీ విషాదాలను మోసేది మనస్సు

మంచిపేరు రావాలంటే

జగ్గయ్య. జి
సికిందరాబాద్
Ph : 9849525802

కాంతి కిరణం ఎన్ని చీకట్లను
చీల్చుకుంటూ వస్తే వెలుగై కనిపిస్తుంది.
నెలవంక రూపం పెంచుకుంటూ
పూర్ణచంద్రుడవుతాడు శుక్లపక్షాన !

ఆజ్యం తనను తాను దహించుకుంటే
అగ్ని జ్వాలై నిలుస్తుంది.

తొక్కుడు పడితేనే మెత్తటి మట్టి
ఇటుకై ఇల్లుకు ఉపకరిస్తుంది !

విల్లు తన ఒళ్ళును వంచితేనే
లక్ష్యాన్ని చేధిస్తుంది.
త్యాగాలు చేసిన వాడే
యాగ ఫలితం పొందుతాడు !

మంచిపేరు రావాలంటే
మంచిపనులెన్నో చేయాలి!
మనసు మమతలను అల్లుకున్న
అనురాగాల తీగ అవ్వాలి!!

మనిషి.... నిన్ను నువ్వే సంస్కరించుకో

కె.వి ఎస్. గౌరీపతి శాస్త్రి
విశాఖపట్నం
Ph : 9502101502,9985433723

ఓ విజ్ఞాన ఘన వారసుడా మనిషి
అజ్ఞానం రెక్కలు విచ్చిందా!

ఎంత స్వార్ధం పెంచుకున్నావయ్యా
ఏ జీవిని ఎదగ నివ్వకుండా!

నీ విజ్ఞానం రెక్కల చప్పుళ్ల క్రింద
ఎన్ని మూగ జీవాలు బలవుతున్నాయో!

ఎంత ఎత్తుకు ఎదిగావయ్యా మనిషి
నిన్ను నువ్వే దిగజార్చు కొనేంతగా!

-మానావమానాలు మరచిన ఓ మనిషి
ఎందరి మానాలు బలిగొంటున్నావో!

వృద్ధులు కన్నెలు పసిపిల్లలు ఎవరయ్యా
నీ కామానికి ఆహుతి కానిది!

ధర్మ మెరిగిన మనిషి అధర్మ మార్గం పట్టి
మర్మావయవాల విలువ మరిచావా!

నీ జన్మ గుహలను గర్భ గుడులను
ఛిద్రం చేస్తున్నావా ఓ నీచుడా!

నీవు చిమ్మే కాలుష్యానికి పర్యావరణ తాపం
ఎన్నటికి చల్లారే నయ్యా !

బాంధవ్యాలు తెంచుకొని బంధనాలు పెంచుకొని
ఎటయ్యా పయనం ఓ మనిషీ!

ప్రకృతి ధర్మం మరచి వికృత చేష్టలు చేస్తావు
ప్రకృతి నోరు తెరిస్తే బెంబేలు ఎత్తిపోతావు!

కనిపించని ఓ క్రిమి నిను వెంటాడితే
ఎవరినీ అంటక నోరు మూసుకు తిరిగేవు!

ఎప్పటికి మారేవు నీవు మానవత్వం మరిగేవు
మనిషిగా మసలేవు?

విద్వేషాలు విద్రోహాలు విధ్వంసాలు
వికటాట్టహాసాలు ఎన్నాళ్ళయ్యా !

నీలో మనిషితనం మేల్కొని
మానవత్వం వికసిస్తే మహనీయుడ వీవే!

ఓ మనిషీ మేలుకో ప్రకృతమ్మ పరవశించ
మానవ ధర్మం వెదజల్లగా!

ఎద ఎదను నిన్ను కొలువగా
నిన్ను నువ్వే సంస్కరించుకొంటూ
మంచి మనిషిగా ఎదగవయ్యా
మమతలను పైన వేసుకొంటూ...

మాతృ వేదన

ఆకపోగు నాగరాజు
కర్నూల్
Ph : 9618381393, 863942416

నా గుండెలకు హత్తుకున్నాను.
ఆనందభాష్పాల అలంకరించాను
జోలపాటతో నిను లాలించి
ఊయలూపుతూ నిను ఊరించి.

ఓ పాపకు ఓ బాబుకు జన్మనిచ్చి
మమ్ములను నాన్నమ్మ తాతలుగ
మార్చివేసి ధన్యులను గావించితిరి
ఉద్యోగాలపై మీరు ఊరెళ్ళితే
ఆ పిల్లల ఆలనా పాలనా
అనునిత్యం ప్రేమగా చూసి
బోసి నవ్వుల పిల్లలు ఊసులాడితే
హాయిగా నవ్వుకున్నాము
ఆనందంలో తేలిపోయాము.
ఉన్నతమైన చదువులకై పిల్లలు
ఉన్న ఊరును కన్నతల్లిని విడిచి
దూర దూర తీరాల కెళ్ళి
ఎవరికి వారే పేరు పేరైతే

సమస్యలు ఎదురైన వేళ
కలవర పడక ధైర్యం చూపాలని
కష్టాల కడలిని ఈదాలని
కన్న తల్లిదండ్రులను కడదాకా
కష్టాల పాలు చేయకూడదని

సున్నితంగా మందలించాము
ఉద్యోగస్తుడై మమ్ములను
ఉత్తమంగా చూసుకుంటాడని
ఊరి జనులతో చెప్పుకున్నాము
ఆడిన మాట తప్పబోదని
ఆత్మీయతకు ఆనవాలని
అనురాగాల రూపమని
అనుబంధాలకు బంధువని
కొడుకును తలచుకొంటు

తల్లిదండ్రులపై ప్రేమ సన్నగిల్లెను
భార్యా పిల్లలే తన సర్వస్వమని
కన్న వారిని కంట చూడక పోయె.
అమ్మ చెంతకు చేరరాడాయె
నాన్నా యని పిలవజాలడాయె
రోగాలతో రొప్పుతూ కుములుతూ
మూగ వేదనలతో దీనులై

మనసులో మధన పడుతున్న
ముసలి జంటల మంచి చెడుల
మాటవరసకైనా ఎంచజాలడు.
విసిగిపోయి రుసరసలాడును
కసిరి కసిరి తిట్టుచుండును
లేవలేక మంచం పట్టిన తల్లికి
మచ్చుకైనా సేవ చేయజాలడు
ముసలి తల్లికి ముసలి తండ్రి
ముప్పూటలా సేవ సల్పును
కన్న కొడుకు కళ్ళెదుట ఉన్నా
కరకు రాతి గుండెలు కరగలేదు.

పేగు బంధాలు వీగిపోయెను
ఆస్తులెన్ని ఉన్నా అంతస్తులున్నా
అయినవారు అక్కరకు రాకున్నా
కన్న ప్రేమలు కలిసి రాకున్నా
పెంచిన ప్రేమలు పంచన చేరకున్న
కన్న పిల్లల వలన విలువేముంది.
జీవితాలకు అర్థమేముంది?

మూఢనమ్మకాలు మార్చుకో

జనశ్రీ కుడికాల జనార్ధన్
హన్మకొండ
Ph :9703275050

మూఢనమ్మకాలు మార్చుకో
నీ మూర్ఖత్వం వదులుకో
మనసు వికలమైనప్పుడు
వైద్యసేవలు అందుకో
పెద్ద పిట్ట గబ్బిలం ఇంట వాలితే
అరిష్టమంట ఎవరికైనా

పాలపిట్ట జనం కంటబడితే
అదృష్టమంట దసరాకైన
నిజాలకేవి రుజువులు?
శకునాలకేవి సాక్ష్యాలు?
అన్నీ వట్టి మాటలే!
అన్నీ మూఢనమ్మకాలే!

పెట్టిన పిండం కాకి ముట్టితే
కైలాసమ్మే చిక్కేనా?
గ్రద్దే కనుక ముట్టియున్నచో
వైకుంఠమ్మే దక్కేనా?

నిజాలకేవి రుజువులు?
శకునాలకేవి సాక్ష్యాలు?

అన్నీ వట్టి మాటలే!
అన్నీ మూఢనమ్మకాలే!

బల్లిపాటుకు శుభాశుభాలు
భవిష్యత్తుకు జాతకచక్రాలు
తాంత్రిక విద్యలు తాయెత్తులు
అన్నీ వట్టి మాటలే!
అన్నీ మూఢనమ్మకాలే!

"రాశిఫలాలు"తింటే / వింటే భవిత బతుకు తెలిసేనా?
జనబాధలు అన్నీ తొలిగేనా?
సిరిసంపదలు సమకూరేనా?

సర్పదోషము లేనే లేదు లేదు.
కుజదోషము నిజమే కాదు కాదు
దేవుడే కాదు దెయ్యం కూడ
ఏలాంటి బలిని కోరబోదు
మూఢనమ్మకాలు మార్చుకో!
నీ మూర్ఖత్వాన్ని ఇక వదులుకో!!

యువత

డా. ఆళ్ళ నాగేశ్వరరావు
(కమల శ్రీ)
తెనాలి
Ph :7416638823

సమాజ భవిత ఎండిన డొక్కల పేదల పాలిట పెన్నిధివవుతుంటే...
దారి తప్పిన దిక్కుతోచని
బాటసారికి దిక్సూచి వవుతుంటే.. సమస్యల సుడిగుండంలో
సతమత మవుతున్న
నాలో తెలియని పులకింత పరిష్కారం వైపుగా వడివడిగా ఇలా నీ అడుగులు
కదులుతుంటే....
మాసిపోయిన మానవతను ఎప్పుడు తట్టి లేపావో...
చప్పుడు చేయడం మానేసిన
నా హృదిలో ప్రవహిస్తున్న

ఆనందాల ఝరి. గగన సీమలో రెక్కల గుర్రాన్నెక్కి
విహరిస్తుంటే...నిరాశతో నేల చూపులు చూస్తున్న

నా కళ్ళలో ఏదో వింతకాంతి...నిద్రాణమైన జాతి నరనరాన చైతన్యమై నీవు
పల్లవిస్తుంటే...
అసమానతల పీచమణచే సమసమాజ నిర్మాతమై...
అవినీతిపై ఉప్పెనలా ఎగసిపడే ఉత్తుంగ తరంగానికై...

రాచపుండులా అల్లుకుంటున్న రుగ్మతలకు చికిత్స

చేస్తున్నావుగా వైద్యునివై
విశ్వవీధిలో నా ఉనికిని చాటుకునేలా.

నాటికైనా నేటికైనా
ఏనాటికైనా మరి నీవేనాకు భరోసా ఓ యువనేస్తము...
నా సేవకే నీ జీవితాన్ని అంకితం చేసుకున్నాక.
నా ఆశయాలలకు ఊపిరి పోసే ఆశాజ్యోతివి నీవే ఓ యువకిశోరము.
ఈ సమాజ ప్రగతే నీ జీవన గమ్యం అయ్యాక...

మొలక బొట్టు

రామవరపు వీర వెంకట రాజా
శృంగరాయని పాలెం,తూ.గో.జిల్లా
Ph : 9059492795

నా అభ్యర్ధనను అందరు మన్నించాలి
అతన్ని మీరు వెదికి పెట్టాలి
దొరికితే మళ్ళీ దేశం ఆశల కాండానికి
అంటుకట్టాలి .

ఏ అపార్ట్మెంట్ ముందో చౌరాస్తా పక్కనో
భిక్షాటన లోనో రాలి పడ్డ ఆకులా
విలవిలాడుతుంటాడు. మట్టి కోసం మూగ
మేఘంలా వెదుకుతుంటాడు.

అతనికి.. చిన్న విన్నపంలా ఈ తరాన్ని
అందివ్వాలి... ఎందుకంటే ఆ
అడుగులు విత్తులై మొలుస్తాయి
ఆ చేతులు ఆకలి పేగుల్ని అవిశ్రాంతంగా నిమురుతాయి.
ఆ చెమట చుక్కలు గుత్తులు గుత్తులుగా కాస్తాయి...

అంతరిస్తున్న ఈ చెమట ఋతువును
కుమ్మరించుకోపోతే నేలనొసట మొలకబొట్టు
రాలిపోయి, చరించే ఊపిరి సందేహం ఆకలి
లోతులోకి జారి పోద్ది.. అందుకే బతుకు బొత్తం
విప్పి అతనికై తిరుగుదాం...

వక్ర బింబం

దుర్గాప్రసాద్ అవధానం
నల్గొండ
Ph :9492608314

నేను!!
నా కాళ్లతో పెరిగి
యింకొకరి అడుగుజాడల్లో నడుస్తున్నాను!

నేను!!

నా చేతులతో కదులుతూ యింకొకరి చేతలతో పనిచేస్తూన్నాను!

నా కళ్ల వెనుక చూపుల్లో యెవరిదో నమ్మకముంటుంది నా చెవుల వెనుక
ధ్వనుల్లో యెవరిదో అర్థం వుంటుంది నేను శ్వాసించే వూపిరిలో ప్రాణసడికి
బదులు
యెవరి ఆశయాల కలల సహకారమో వుంటుంది.

మొత్తానికి మొత్తం నా మెదడ్నిండా వొకరిని మరొకరిలా చూపెట్టే
యెన్నో అలోచనల అద్దాలు!
యెప్పటికప్పుడూ
నేనెవరి ఆలోచనల అద్దంలో మారిపోయే వక్రబింబాన్నో!

వేళ్ళరక్తం వేణువుమీద

దుర్గా ప్రసాద్ అవధానం

అంకెల మధ్య పరుగులు
కల-లోలకమై కదిలే,
యాంత్రిక సమయాలు
జారిపడుతున్న క్షణాల మధ్య
చీరుకుపోతున్న పాదాలు

మృతప్రాయం ఆలోచనకి మచ్చికై
పడిపడి అనుకరణల్లోకి ఉరికురికిన అలజడిలో
ఒగిరించే
గతం భవిష్యత్తంతా అభద్రతా భీతి

దుఃఖ వ్యసనంలో మూర్చపోయి
అంకురించే స్వరబీజంలో ముడుచుకుపోయి
విధ్వంస శూన్యంలో మూగబోయి

స్థాణువున్నయ్యాక!
భయంలో బీభత్స బరువులో చిట్లిపోయి
వేణువుమీద వేళ్ళనిండా రక్తం
పాటలు పగిలి రాలిపడుతున్న
బతుకంతా కన్నీటి పాతం

కవితా కెరటాలు

నిష్ఫల వేదనలో

గాయాన్ని కుదుపుకోని మరణాన్ని పలవరించి

ఆత్మాలాపనని

నిర్దయగా గొంతునొక్కి రససాధన ప్రసవాల్ని

కర్కశంగా కాలరాసి బిగదీసుకుపోయిన

శవంపోలికలో శరీరంగా నడుస్తు

రుతువనాల జీవశృతిని

తెగనరికిన పదునంచుల కింద

గానం బలిదానమైన

రక్తమాంసాల నిర్జీవం

ఒట్టి రంధ్రాల కట్టెగా

నా వేణువుని నా వెంటే

చితిమీద బూడిద చేస్తూ..

వీర జవాన్లు

కాయల నాగేంద్ర
హైదరాబాద్
Ph : 8500286697

దేశాన్ని రక్షించే జవాన్లు
దేశ సరిహద్దుల్లో సైనికులు
దేశ రక్షణ కోసం ప్రాణ త్యాగాలు
హిమపాతంతో కూరుకు పోయినా...
జలపాతంలో కూరుకుపోయినా...
దేశాన్ని కాపాడటమే వాళ్ళ ధ్యేయం
ప్రజలకు రక్షణ కల్పించడమే వాళ్ళ లక్ష్యం
ఎప్పుడూ వాళ్ళ చూపు ముందు చూపే
నిత్యం వాళ్ళ లక్ష్యం శత్రువు వైపే
రణరంగంలో శూరత్వం
రక్తపు మడుగులో వీరత్వం
మంచుకొండల్ని చేధిస్తారు.
కంచు కంఠంతో గర్జిస్తారు.
దేశం కోసం తమ ప్రాణాలను
అర్పించడానికి వెనుకాడని సైనికులు
వాళ్ళే నిజమైన ఆపద్బాంధవులు
మానవ మాణిక్యాలు!
అందుకే వారికి పాలాభిషేకం చేద్దాం
పూలమాలలు వేసి గౌరవిద్దాం!!

పచ్చని సామ్రాజ్యం

డా. ఆళ్ళ నాగేశ్వరరావు
(కమల శ్రీ)
తెనాలి
Ph: 7416638823

రాజుల రాజ్యానికి రక్షకుల బట్లు
పచ్చని సామ్రాజ్యపు సంరక్షకులు వృక్షాలు
చిన్నవిత్తులో నుంచి అంకురించి
వృక్షంగా రూపుదాల్చి
చాకోప శాకాలుగా విస్తరించి
అనేక పక్షజాతులకు ఓడు కల్పించి
ఆశ్రయించిన వారికి నీడనిస్తూ
ఆకలి దప్పులు తీరుస్తూ
ప్రాణవాయువు అందించి
ప్రాణాలను నిలుపుతూ
తన ఊడలను ఊయలుగా చేసి పిల్లలను ఊపుతూ
పుట్టుట నుంచి గిట్టుట వరకు మనిషికి తోడుంటూ
హరితవర్ణపు చీరను పుడమి తల్లికి బహుకరిస్తూ
ప్రకృతి కాంతి నుదుటున ఎర్రని సింధూరమై మెరుస్తూ
పడతుల పాదాలకు పారాణి నిలుస్తూ
చల్లటి గాలులతో వరునోడిని ఆహ్వానిస్తూ
కర్షకుని కష్టాలను కడతేర్చుతూ

విశ్వమంతా పచ్చని సామ్రాజ్య విస్తరణ పూనుకుంటూ

కరువు కాటకాలను నిలువరిస్తూ
సర్వేజనా సుఖినోభవంతు
వనదేవతలు భూలోక విహారం చేసేలా చేస్తున్నాయి వృక్షాలు
ఆకుపచ్చదనాన్ని ఆహ్వానించి ఆయను పెంచుకోవాలి మానవులు.
పచ్చని చెట్లే ప్రగతికి మెట్లని
విస్మరిస్తే తప్పవు ఇక్కట్లని గ్రహించాలి
తలకోక మొక్కను నాటేందుకు ముందడుగు వేయాలి
నాటిన మొక్కకు వృక్షమై పెరిగే వరకు సంరక్షించాలి

యువత సమాజ భవిత

శోభ కొణిదల

తిరుపతి

Ph: 9704918212

ఎండిన తొక్కల పేదల పాలిట పెన్నిధివవుతుంటే...
దారి తప్పిన దిక్కుతోచని
బాటసారికి దిక్సూచి వవుతుంటే.. సమస్యల సుడి సంచంలో
సతమత మవుతున్న నాలో తెలియని పులకింత పరిష్కారం వైపుగా వడివడిగా
ఇలా నీ అడుగులు కదులుతుంటే....
మాసిపోయిన మానవతను
ఎప్పుడు తట్టి లేపావో...
చప్పుడు చేయడం మానేసిన
నా హృదిలో ప్రవహిస్తున్న
ఆనందాల ఝురి. గగన సీమలో రెక్కల గుర్రాన్నెక్కి
విహరిస్తుంటే...
నిరాశతో నేల చూపులు చూస్తున్న నా కళ్ళలో ఏదో వింతకాంతి...
నిద్రాణమైన జాతి నరనరాన చైతన్యమై నీవు పల్లవిస్తుంటే...
అసమానతల పీచమణచే సమసమాజ నిర్మాతమై...
అవినీతిపై ఉప్పెనలాం ఎగసిపడే ఉత్తుంగ తరంగానికై...
రాచపుండులా అల్లుకుంటున్న రుగ్మతలకు చికిత్స
చేస్తున్నావుగా వైద్యునివై

విశ్వవీధిలో నా ఉనికిని చాటుకునేలా.

నాటికైనా నేటికైనా

ఎనాటికైనా మరి నీవేనాకు భరోసా ఓ యువనేస్తము...

నా సేవకే నీజీవితాన్ని అంకితం చేసుకున్నాక.

నా ఆశయులకు ఊపిరి పోసే ఆశాజ్యోతివి నీవేఓ యువకిశోరము.

ఈ సమాజ ప్రగతేనీ జీవన గమ్యం అయ్యాక...

నా భారతనారి...అంటే...?

నాగేశ్వరరావు నెల్లిపూడి
గాజువాక
Ph: 9177693983

అలంకరణ పేర...
అంగడిబొమ్మలా...అర్ధనగ్నంగా...
అందంపేర గుడిపైన బూతుబొమ్మలా
గుట్టురట్టయ్యేలా...అసహ్యంగా...

నాగరికతపేర...వాత్సాయనుడి కామశాస్త్రంలో...శృంగారభంగిమలా...
అసభ్యంగా....బరితెగించి నవ్వుతూ
నడిబజార్లో తిరిగేది...నా భారతనారి కాదు...

హొయలు పడుతూ...
వంకర్లు తిరుగుతూ
పబ్లిక్ గా రోడ్లమీద
పగలబడి నవ్వేది...
నా భారత నారి కాదు...

ప్రపంచ సుందరిలా
ప్రబంధ నాయకిలా
అందని తన అందాలను

ఆరబోసేది...
నా భారతనారి కాదు...
దూరదర్శన్ లో
ప్రవహించేఫారిన్ కల్చర్ కి
ప్రతిరూపం...
నా భారతనారి కాదు...

ఎముకల గూడుగా
మార్చే ఎయిడ్స్ ను
దిగుమతిచేసే..."దిష్టిబొమ్మ"...
నా భారతనారి...కాదు...

నా భారతనారి...అంటే..?
తలనిండా పూలుపెట్టి
"తల్లిలా" కనిపించు...
చేతినిండా గాజులు
తొడిగి "చెల్లిలా" అనిపించు...

నా భారతనారి...అంటే..?
సీతమ్మ తల్లిలా మండే
అగ్నిగుండంలో
దూకే..."ఆద...
దిగులుగాఉండకు
ఉంటే భయం వేస్తాది

సమస్యలుఎప్పుడూ

ఉంటాయి.
సహనంవహిస్తే సర్దు
కుంటాయి.
భయంకూడాతొలగు
పోతుంది.
అపుడునీకుకలుగు
తుందిమనశ్శాంతి
అందుకేనేమో మౌనంగా యోగా
చేయాలి.
యోగా చేస్తే సకలరుగ్మతలు
తొలగుతాయి.
ముఖ్యంగా ఆధ్యాత్మిక చింతన
కలుగును తద్వారా
పరిపూర్ణతచేకూరు భయం తొలగి.
అదే ధైర్యం.ఇదినిజం
తోడుతుంటే నీరూరు
పాడుతుంటే గాత్రశుద్ధి అగును
మంచిమాటలు
చెపితుంటే మనిషి విలువ పెరుగును
సాధ్యంకానిదిలేదు
ఓర్పుసహనంతో
సమకూరుఅన్నీ
ఈధరణిలో

హర్మ్య సౌధాలు

నాగేశ్వరరావు నెల్లిపూడి

హర్మ్య సౌధాలు
పెరిగాయి.
హరిత వనాలు తరిగాయి.
పక్షులకిలకిల రవములుతరిగాయి.
ఇంటిపై ఎండ.
వీధిలో ఎండ.
కుండల్లో నీరు ఎండ
ఎచ్చోట గాంచిన
మండుటెండ.
పల్లెలు పట్నాలయ్యే
పట్టణాల్లో ఆక్సిజను
నిచ్చేచెట్లుకరువాయే
కొండలుతరిగిపోయే
బండలుపగిలిపోయే
జంతువుల జాడలు
రహదార్ల పాలాయే.
సెలయేర్లెండిపోయే.
నీటిచుక్కకానదాయే
అయినా ప్రకృతిని
కాపాడాలి.

బాటలపై చెట్లు నాటి

చల్లదనం పెంచాలి

వాననీట్ని వడిచిపట్టి

ప్రాణాల నిలుపుదాం

ప్రపంచపర్యావరణ పరిరక్షణదినోత్సవ

శుభాకాంక్షలు.

కాలుష్యం రూపుమాపి

చైతన్యం కలిగిద్దాం

బరితెగింపుకి ఉరిసరిపోతుందా?

చందు నాగేశ్వరరావు
తెనాలి
Ph : 7989663908

ఏ రాష్ట్రం, ఏ పని ప్రదేశ మైతేనేం.
మహిళ కంట బడినా, మాట వినబడినా
వయస్సు,వావి వరసల విచక్షణ విడిచి
ఎక్సరేల వంటి తీక్షణ వీక్షణలు
మదుగు దొరికితే చాలు
మదం తలకెక్కే' మృగతనం '
విర్రవీగి,చెలరేగి జరిపే
అకృత్యం! అత్యాచారం!! హత్యాచారం!!!

' మ - గాడిద ' దగుల్బాజీ దురాచారం
పురుషాధిపత్య దురహంకారం
పరుషాధిపత్యాపచార సంచారం !
విద్య,వైద్య, సేవా రంగాల్లోనూ
వెంటాడి,వేటాడే
వైవిధ్య భయానక ప్రణాళికల వీరంగం !!
రహస్యంగా మాటువేసి
కర్కశంగా కాటువేసే భ్రష్ట క్రూరాచారం !!!

మగాడు -
కేవలం మగాడు
విలువైన మానవ సంబంధాల
గాడితప్పిన 'మృగాడు '
వీధి కొక్కడు,ఊరిక...

కవితా కెరటాలు

సమిష్టి శ్రమ సృష్టి అక్షరం

చందు నాగేశ్వరరావు.

సమిష్టి శ్రమ సృష్టి అక్షరం
శ్రమ సౌందర్యం అక్షరం
సంఘర్షణ అక్షరం
సంచలనం అక్షరం

ఆవేదన
ఆ వేశం
ఆక్రోశం
ఆలోచనలకి
పూనిక అక్షరం
పూనకం అక్షరం

కాలాల విభజనకర్త అక్షరం
నూతన యుగాల ఆవిష్కర్త అక్షరం
కుల, మత, లింగ, ప్రాంత
విచక్షణ లేనిది
విలక్షణమైనది అక్షరం.

జాతులకు బీజం అక్షరం
జాతులజీవిక అక్షరం
సకల జనుల హక్కులకై

తలచేది,తపించేది అక్షరం
పదమై, వాక్యమై ఒరుసుకుంటూ
కావ్యమై ప్రవహిస్తుంది అక్షరం.

అక్షరాలా ఏబది ఆరుమంది బిడ్డలుకలిగి
ఉక్కపోతకు గురవుతోంది నేడు తెలుగమ్మ .
పరభాషల పిడివాదపు చేత చిక్కి
గుక్క తిప్పుకోలేక ఉక్కిరి బిక్కిరి అవుతోంది.
పరువం,పరపతి కరువై
పరువుకు పరితపిస్తోంది - తెలుగక్షరం.

ఉద్ధరించాల్సిన బిడ్డలే
నిర్దయగా వదిలేస్తే
సొంత గడ్డపై
ఆసరా, ఆశ్రయం లేని
అనాధ తలిదండ్రులవలే
అంటరాని కురూపివలే
అలమటిస్తోంది తెలుగు.
విధివంచితైన తల్లిచే
చెత్తకుప్పలో విసిరేయబడ్డ బిడ్డలా

దిక్కుతోచని స్థితిలో తెలుగమ్మ.
అందరిలాగే పుట్టి
అందరివలే నిండు గౌరవము పొందలేని
దళిత, మహిళలా సవాళ్ల నెదుర్కొంటోంది.

చూడగా -

కొడిగట్టి,కడపటికి

బిడ్డలుగల గొడ్రాలవుతుందా తెలుగమ్మ !?

కాదు కాదు ఎన్నటికీ కాదు

ఆకాశమంత అనంత మైనది

నిర్మలమైనది, నిర్భయ మైనదీ

కాలంతో కదులుతూ

తనను తాను సంబాలించుకో గలది

సంద్రమంత లోతైనది

సమస్త దోష కాసారాలను కడిగేయగలది

భూ మండలమంత సారవంత మైనది .

సంస్కారవంతమైన తన బిడ్డలు

అక్షర విన్యాసకులైన కవులు

చేతనులై, సుశిక్షితులై

వేకువ,వేగు చుక్కలై

సమకాలీన సవాళ్లకు

చరమ గీతం పాడే దివిటీలై

తెలుగమ్మ వెలుగులు

దశ దిశలా ప్రసరింప జేస్తారని

ఆశపడుతోంది తెలుగు - అక్షరం.

అక్షరమా వర్ధిల్లు !

తెలుగమ్మా వర్ధిల్లు వర్ధిల్లు!!

మనమేంటో మనకే తెలియకుండా మన గురించి గొప్పగా ఊహించుకోవడం
అతి గొప్పగా ప్రకటించుకోవడం అజ్ఞానం.!!

తెలిసింది పిసరంత తెలియంది
పర్వతమంత అని గ్రహిస్తు తెలుసుకోవడానికి ప్రయత్నిస్తు ముందుకు సాగడమే
మనిషి చేయవలసింది!!
అలా చేసిన వాడే అనుక్షణం ఆనందంగా వుండగలడు.!!
నలుగురు నీ వెంట వున్నంత మాత్రా నాలుగు రూపాయలు నీ జేబులో
వున్నాయని నీలగకు పది మందితో మాట్లాడగలిగే నైపుణ్యం వున్నంత మాత్రాన
కళాకారుడివి కాదు కథానాయికుడవు కాదు సాధారణ మైన మనిషివే
అసాధారణమైన పని ఒక్కటన్న చేసావా చేయగలవా ఎప్పటికైనా?

మనిషంటే ఆత్మవంచన చేసుకొని బ్రతకడం కాదు ఆత్మవిశ్వాసంతో బ్రతకడం
ఎవరిని యాచించకుండా ఆత్మతృప్తితో ఆనందంగా ఉండటం!! కొందరను
కుంటారు మాటలకేం రాతలకేం ఎన్నైనా చెప్తారు ఎన్నైనా రాస్తారని
చెప్పేవారైనా రాసే వారైనా వాస్తవికతకు దగ్గరగా ప్రయత్నిస్తుంటారు సమకాలీన
కాలాన్ని అర్ధంచేసుకుంటారు అందుకు తగ్గట్లుగానే ప్రవర్తన వుండేలా
ఆస్వాదించేందుకు

ప్రతిక్షణం ఆరాటపడతారు

ఇదే నిజం!

పూటుకూరి మహేశ్
దోర్నాల
Ph : 9640713717

మనమేంటో మనకే తెలియకుండా మన గురించి గొప్పగా ఊహించుకోవడం అతి గొప్పగా ప్రకటించుకోవడం అజ్ఞానం.!!
తెలిసింది పిసరంత తెలియంది పర్వతమంత అని గ్రహిస్తు తెలుసుకోవడానికి ప్రయత్నిస్తు ముందుకు సాగడమే మనిషి చేయవలసింది!! అలా చేసిన వాడే అనుక్షణం ఆనందంగా వుండగలడు.!! నలుగురు నీ వెంట వున్నంత మాత్రా నాలుగు రూపాయలు నీ జేబులో వున్నాయని నీలగకు పది మందితో మాట్లాడగలిగే నైపుణ్యం వున్నంత మాత్రాన కళాకారుడివి కాదు కథానాయికుడవు కాదు సాధారణ మైన మనిషివే అసాధారణమైన పని ఒక్కటన్న చేసావా చేయగలవా ఎప్పటికైనా?

మనిషంటే ఆత్మవంచన చేసుకొని బ్రతకడం కాదు ఆత్మవిశ్వాసంతో బ్రతకడం ఎవరిని యాచించకుండా ఆత్మతృప్తితో ఆనందంగా ఉండటం!! కొందరను కుంటారు మాటలకేం రాతలకేం ఎన్నైనా చెప్తారు ఎన్నైనా రాస్తారని చెప్పేవారైనా రాసే వారైనా వాస్తవికతకు దగ్గరగా ప్రయత్నిస్తుంటారు సమకాలీన కాలాన్ని అర్ధంచేసుకుంటారు అందుకు తగ్గట్లుగానే ప్రవర్తన వుండేలా ఆస్వాదించేందుకు

ప్రతిక్షణం ఆరాటపడతారు ఇదే నిజం!!

గ్రంథాలయం

నూతలపాటి నాగేశ్వర రావు
Ph: 9490742134

మానవ చరిత్ర
తాళపత్ర గ్రంధాలనుండి
ఆధునిక అంతర్జాలం వరకు
నిక్షిప్తమై
భండాగారాలుగా
శిధిలాలు కాకుండా
పదిల పరచే మహాలయం
గ్రంధాలయం
గతం, వర్తమానం, భవిష్యత్తు
జగత్తులోని మానవ మేధస్సు
అక్షర రూపమై
సంద్రమంతమై
పదిలపరచే గ్రంధాలయం
విద్యార్ధులకు
మేధావులకు
పరిశోధకులకు
జ్ఞాన భండారమై
తరతరాల జ్ఞాన సంపద,
భావితరాల మ్బంగారు బాట

మానవాలికే మణిహారం

ఆధునికత ఆవహించినా

వెలసిల్లిన గ్రంధాలయాలు

మహోన్నతుల త్యాగ ఫలం

నిరంతర వుద్యమ ఫలం

అక్షరాల పదును

పుస్తకాల మడుపు

తరగని సంపద

గ్రంధాలయం

నిత్య విద్యాలయం

ఆధునిక దేవాలయం.

మట్టి

లీలాకృష్ణ
తెనాలి
Ph : 9949451056

1. జీవం లేని కవిత

ఒకప్పుడు మట్టి వాసనతో విరాజిల్లిన
కవిత అది .!
వాన పాములు
వైదొలగడంతో జీవాన్ని
కోల్పోయింది.!

2. డైరీ

ఎంతటి పురిటి
నొప్పినైనా
ఓర్చుకోగలదు మట్టి.!

ఈ విషయాన్ని తన
డైరీలో దాచుకున్నది
నాగలి.!

3. మట్టి పలక

ఆ మట్టి పలక పగిలిపోక
ముందే నువ్వు నాటిన
విషపూరిత వాక్యాలను
కూకటి వేళ్ళతో
పెకలించు.!
మానవత్వాన్ని నాటి
మనిషివనిపించు.!

4. రిటర్న్ టికెట్

రిటర్న్ టికెట్ కన్ఫర్మ్
అయ్యాకే
మట్టి నుండి
బయలుదేరాయి
ప్రాణులు..
తప్పిపోవుటకు
ప్రయత్నిస్తున్నారు
మానవులు.!

5. చిత్రపటం

బియ్యంలో మట్టి గడ్డలు
కలిపి కోట్లు గడించాడు.!

శ్రద్ధాంజలి పొందవలసిన
తన చిత్రపటం మట్టి
కొట్టుకుపోయింది.!

మేలుకో

నందూరి అజయ్
తెనాలి
Ph: 9030701041

వాడు
బూర్జువా
పెట్టుబడిదారుడు
మనల్ని నమ్మిస్తూ
నయ వంచన చేస్తూ
మానసిక బానిసలుగా
మారుస్తూ
మన కష్టాన్ని శ్రమను
దోసుకుంటూ
ఎంగిలి మెతుకుల్ని
విసురుతున్నాడు
కామ్రేడ్ ఇకనైనా
మేలుకో
ఈ భూమి కోసం
భుక్తి కోసం
నీ హక్కు కోసం
ఋణ విముక్తి కోసం
పోరాడు

పోరాటం వృధా

కానీయ్యకు

కామ్రేడ్

మేలుకో కామ్రేడ్

మేలుకో

లే......

లేచి తెగించు

లేచి తెగించు

లేచి తెగించు ఇకనైనా..

పరివర్తన

డాక్టర్ దేవులపల్లి పద్మజ
విశాఖపట్నం
Ph: 9849692414

కాలగమనంలో మరొక ఉదయతోరణం
సరికొత్త శుభారంభ ఆశావహదృక్పథం
గతించిన చేదు అనుభవాలు పాతరలో
రాబోయే సుహృద్భావ వీచికల అల్లికలు
నేటి కర్తవ్య నిర్లక్ష్య పోకడల ఛాయలలో
రేపటి లక్ష్యాలకు మెరుగుల ప్రణాళికల దిద్దుబాటు
బోధనలు, సూక్తులు అన్యుల కొరకే
అనుసరించి ఆచరించ అహం అడ్డుగోడ
ఈ శతాబ్దపు వికృతరూపం విపత్తుల వైఖరి
మనలో మార్పు తెస్తే, జీవిత పంథా పరివర్తన
పరాయి పోకడల అనుకరణ, వింత సంస్కృతి
విడనాడి వివేకంతో వ్యక్తిత్వం వికసించాలి
ఒక రాత్రిలో మారేది నుదిటిరాత కాదు
మార్చుకోవాలసింది మనలోని మనిషిని
నేర్పు, ఓర్పు దత్తత తీసుకో
నీతి-నియమం నేర్చుకో, ధర్మం-సత్యం నీ వారనుకో
స్వచ్ఛమైన భావనతో నూతన ఉదయం దర్శించు
ఈ ప్రపంచమంతా నవ్య, భవ్య తేజోమయం
ప్రతిరోజూ, నీకొక నవోదయం

డాంబికాలకు పోయి దిగజార్చుకొంటున్న విలువైన

జీవితాన్ని విశ్లేషించి వేరు చేయి

సాంకేతికతను అనుసరించి నీ మేధను పెంచుకో

సంస్కృతి సంప్రదాయ గౌరవం మన కర్తవ్యం

సభ్యసమాజ సంరక్షణ- సామాజిక జీవనం

పరస్పర అవగాహన, మాననీయ విలువలు

భారత పౌరుని జన్మతః వచ్చే వారసత్వ లక్షణాలు

నీలో నిద్రాణమైన మనిషిని మేలుకొలుపు

చిమ్మచీకటిని నీలోనే నిక్షిప్తం చేసి

రేపటి వెలుగోదయం కోసం నిరీక్షణ చేస్తున్నావు

ఈ రోజు రేపటికి నిన్న, నీలోని జ్ఞాపకాలకు మిన్న

గతించిన కాలంలో గణించిన మధురస్మృతులెన్నో

భవిష్యత్ ప్రపంచంలో నూతన జీవన సరళి

అలవరచుకుంటే నూతన వత్సర శుభదినం

నీ జీవితాన నిత్య వసంతశోభల హరివిల్లు

చైతన్య దీపికలు పరిఢవిల్లు

అదే సార్థకమైన నూతనం, నీదైన నూతనం

స్వాగతం, నూతనం స్వాగతం సుస్వాగతం

మ్రానును మనిషిగ మార్చే దివ్యోదయం

వెలుగుల వేకువకు నవ్య శుభోదయం

అక్షరమూ -నేనూ!

బిరుదురాజు ప్రమీల రాణి
కొత్తూరు
ఏలూరు జిల్లా
Ph: 9640115956

బాధ పడటం లోనూ_బాధను ప్రకటించ డంలోనూ అర్థం కనిపించకే...
నేను అక్షరాన్ని ఆహ్వానించటం మానేశాను...
బాధ కూడా వుంటుంది అంతే...

మట్టిలా... నీటిలా... మబ్బులా... మంటలా బాధ కూడా వుంటుంది అంతే ...
దాన్నీ స్వీకరించడం తిరస్కరించడం ఎందుకూ...?
అందుకనే ...
రసాత్మక వాక్యం లా చేయిష్టం లేక
నేను అక్షరాన్ని ఆహ్వానించడం మానివేశాను

జీవితం ముందు అనేకానేక సంఘటనలు సుఖ దుఃఖాల కలగలుపులు నన్ను తట్టి
పిలుస్తున్నా గానీ...
నేను ప్రతిధ్వనించ వద్దనుకున్నాను శృతిని కాలేని తీగలాగా...
కానీ.. అక్షరమే...

నా ఆహ్వానం లేదు కదా అని ఆగలేదు...
ప్రేమ గానో వేదన గానో చిలిపి గానో చిరాకు గానో దయ గానో దీనత తోనో...

నా ముందు తిరుగాడుతుంది నన్ను పలకరిస్తుంది
నన్ను వశపరచు కోవాలనీ చూస్తుంది

అక్షరాన్ని మరచి పోవాలని నేను ఏదో ఓ పనిలో నిమగ్న మౌతాను
మనసును మరపించా లనుకుంటాను

అప్పుడది నా నుదుటి మీద స్వేద బిందువై కన్నీటి బిందువై
మెరుస్తూ... బహు రుచి గా నా లోనికి జారుతుంది
అయినా నేను పదాన్ని గుటక వేసి ఊరకుంటానే గానీ...

నా ముఖం తో పాటు నా లోకి జారిన అక్షరాన్ని కడిగేసుకునీ
ఆకాశం వైపు దృష్టి సారిస్తారు
నా దృష్టికి అడ్డు పడుతూ అక్కడొక వంటరి పక్షి మబ్బు దొంతర లా అక్షరం
చెదిరే నా చూపును చెట్ల వైపు మల్లిస్తాను...

గాలికి వూగే పులకొమ్మ తానే అవుతుంది అక్షరం
సెలయేటి గలగల తానే శిఖర దర్శనం తానే...నా మనసు ఎటు తిరిగితే ...
అది కూడా అటే మెలి తిరిగుతూ...
నా ఒంటరి తనాన్ని దూరం చేయాలని నా ప్రియ నేస్తం లా నా ఊహల్ని ప్రేరేపిచ
బోతుంది

నేను అక్షరం పిలుపునీ
నిర్లక్ష్యం చేశాను ఒకానొకప్పుడు...

అవని భారమై... జలధి గాఢ మై...

మనసు ముంచేత్తాలనీ చూసీ నప్పుడు...

నా ముందు అక్షరం నావలా ప్రత్యక్ష మై నా మనసు తేలిక పరిచేది...

నేనెందుకు అక్షరానికి దూరమవ్వాలనుకున్నాను

ఎందుకు నేను మౌన సంకలిత మయ్యాను

అక్షర విముక్తి పొందాలనుకున్నాను

నేనెంత దూరం పాటించినా అక్షరం నన్ను వదల నంతుందేం...?

దాని అవసరం నాకా...?

నా అవసరం దానికా...?

మాది పరస్పర వ్యక్తీకరణ కాబోలు

అవినాభావ సంబంధం కాబోలు...

నా ప్రమేయం లేకుండా నెమ్మదిగా నేను దాని ప్రకంపనలన్నీ స్వీకరించాను

తటస్థ గా ఉందామనుకుంటూనే స్పందించి అలసి పోయాను

దాని కౌగిలి లో ఒదిగి పోయాను

అక్షరం అజేయం కాగా

చివరికి అదే నన్ను. జయించింది

వెన్నెల తిమిరాన్ని జయించి నట్లు...,

అలసి పోయిన నేను దాని ముందు నిశబ్దమాయ్యాను

దాని పై మోహ సంకలిత మయ్యాను

అక్షరం అందరికీ లోంగదట

అభ్రగంగా సదృశమై దాని వడికి... అపర శివ మయమైన. అంతరంగం లేనిదే అది

ఆవహించదట...

దాన్ని నిరుపయోంగం చేసే చోట...

దాన్ని నిరాశ పరిచే చోట ... అవమాన పరిచి గేలి చేసే చోట

ఒక్క క్షణం మైనా నిలువ లేదట ...

అనురాగంతో అక్షరం నా లోకి ఇంకిన క్షణం

దాని వెలుగును ఇదీ అని చెప్ప గలను

ఉభయ సంధ్యల ఉద్విగ్నత

నెల వంక చిరునవ్వు లాంటి ఆహ్లాదత ...

ఖడ్గపు కోన లోని తీవ్రత...

మబ్బుల మధ్య మైమరపించిన తతిల్లత అక్షరమై భాసిల్లింది ...

మరి కాదనక తలోంచాను

అక్షర మాలకి శిరసావహించాను...

నన్ను ఆవహిస్తానంటే..., మనసా ఒప్పేసుకన్నాను...

అందుకే ... అప్రమేయంగా... అమితానందం గా పక్షినయ్యాను...

పూల కొమ్మనయ్యాను...

మబ్బు దొంతర నాయ్యాను...

మెరుపు నయ్యాను...

అక్షరాన్నే... నేనాయ్యాను

అందుకే... అక్షరంగా మిగిలి పోతాను

గాలివాటం

దుర్గా ప్రసాద్ అవధానం
నల్గొండ
Ph: 9492608314

కళ్లు వుంటాయి
చూస్తున్నా వైపు చూపులుండవు
చెవులు వుంటాయి
వింటున్న వైపు వినికిడి వుండదు
మొత్తానికి మొత్తం
దేహం ముంగట్నే తిరుగుతూ వుంటుంది.

వినేది లేనట్టు
చూసేది లేనట్టు
మాట్లాడేది యికేందన్నట్టు
మనసేప్పుడూ యిక్కడుండదు.
నేనెప్పుడూ యెక్కడో వుంటాను

గాలివాలు గాజి
గతంలోకి
భవిష్యత్ లోకి
తిరుగుతూ వుంటాను

చలనచిత్రంగా తిరిగే
కలల చిత్రం చూస్తూ

కవితా కెరటాలు

నా చీకటి గదిలో
నేను పోగు చేసుకున్న
దృశ్యాలతో ధ్వనులతో

నా లోపల నాటుకొని
కొన్ని దృశ్యాలకి శబ్దాలకి
యే అర్థం వుండదు నా దగ్గర
అందులో మచ్చుతునగా
అర్థం లేకుండా నిరుపయోగంగా పడివున్న
దృశ్యల్లోని శబ్దాలు కొన్ని యిక్కడ
ప్రేమ. ప్రకృతి. జీవం. విశ్వం
పైన చెప్పిన వీటన్నింటికి వొకటే అర్థం
ఏకంగా వుంటూ కలలు మనసూ లేని
గతానికి భవిష్యత్ కీ తిరగని
వర్తమానమని

గాలివాలుగా
గతానికి భవిష్యత్ కీ తిరుగుతుంటాను.
ప్రయాణ నిమిత్తం
పాస్పోర్ట్ లూ-వీసాలూ-పాలసీలూ -డబ్బులూ
ప్రస్తూతానికి యివే నా లోకం
యిప్పటికీ యీ గ్రహంలో
యికముందు యే గ్రహమో యే లోకమో!!

దళితవాద విప్లవం

డా. రంగిశెట్టి రమేష్ (గంగాశ్రీ)

తెనాలి

Ph :9440277011

దళితవాద విప్లవం. ఇది దళితవాద విప్లవం
విశ్వమంతా నినదించే విప్లవం విశ్వశాంతికై విప్లవం
ఇది దళితవాద విప్లవం
ఇది దళితవాద విప్లవం

పల్లెపథం, ప్రగతి పథం నినదించే విప్లవం
క్రాంతిపథం నవశకానికై నవచైతన్య విప్లవం
ఉద్యమాల పోరుబాటన నేలకొరిగిన వీరుల ఊపిరులే విప్లవం
అణగారిన జాతులన్నీ ఒక్కటై పిడికిళ్లు బిగియించిన విప్లవం

చుందురు, నీరుకొండ, పదిరికుప్పం, కారంచేడులో సాగిన నరమేధం
కాలువలు కట్టిన నెత్తుటేరుల ఆవేదనలో రగిలిన విప్లవం
తెగిపడిన పుస్తెలు, గంగపాలైన నల్లపూసల కన్నీళ్లలో జనించిన విప్లవం
దళితవాద విప్లవం ఇది దళితవాద విప్లవం

బడుగు బతుకు వెతలకన్నీరే, లావాలై వెల్లువైన విప్లవం
అడవిజాతి బిడ్డలు, గర్జించే, గాండ్రించే విప్లవం
అంటరానివారంటూ గెంటివేయబడ్డవారే, తిరగబడ్డ విప్లవం
కడజాతివారంటూ కన్నెరకు బలియైన వారే, రాజ్యాంగ సృష్టి అయిన విప్లవం

బడుగుజాతి ఆడబిడ్డల అత్యాచారాలపై గర్జించిన విప్లవం దళిత బిడ్డలందరూ
ఒక్కటై పూరించిన విప్లవం ఆకాశాన అరుంధతీమాతాయే మనకు స్ఫూర్తియైన
విప్లవం ద్రోణాచార్య కుటిల నీతికి బలిఅయిన ఏకలవ్య వీరుల విప్లవం

తొలి ఆదిమ మానవుడు గర్జించిన పెనుకేకలే తొలి పోరాట విప్లవం
బడుగుజనుల డప్పు మోతలే మన రణభేరి విప్లవం
పుడమి తల్లి నెత్తుటి, ప్రసవ వేదనలో జనియించిన విప్లవం
దళితవాద విప్లవం దళితవాద విప్లవం

నిజమే రాస్తున్నా నిర్భయంగా

షేక్ అస్మతున్నీసా

తెనాలి

Ph : 9550898059

ఎవరికి వారే రాసేసుకుని , ఎందరెందరినో మోసేసుకొని
నిజాన్ని నొక్కేసి, వాస్తవాన్ని తొక్కేసి
వినువీధుల్లో విహరించామంటూ
గగనాలకు చాలదు మా ఘనతంటూ
పీక నొక్కే పాడు పనులను సైతం పవిత్రంగా చూపుతూ
పరదా వెనుక పేదలే మీరు, వ్యక్తిత్వంలో ఉత్త ములే అవుతారు
విషతుల్యమైనా వరిస్తారు. వేరే తోవ ఉంది గనుక
సమాజానికి సందేశమంటూ, సాక్ష్యాలేవో చెప్పి
సూత్రాలెన్నో చూపి, ఇదిగో ఇలానే..
ఎక్కడో దూరంగా, ఎవరికీ తెలియనట్టుగా
కాలాన్ని గడిపేస్తూ ,కలికి దొరికేస్తూ
రాబోయే రేపొకటుందని
రవి చూడనివెన్నో కూడా రహస్యాలుగా మనలేవని
అంతరాత్మకు తెలిసిన ప్రతిదీ
తెలిసీ తెలీనితనంలా, తప్పుల్ని ఒప్పించుకుంటూ
ఎక్కడికో పోతున్న ఓ మనిషి!
వెనక్కి తిరిగేలోపే వీపుపై కొరడా ఝుళిపిస్తుంది.
ఒళ్లంతా పుండులా మలిచేస్తుంది.

వాస్తవమిది ఎప్పటికీ..
నోరు తెరిచి నిజమని చెప్పని నగ్న సత్యమది
సత్య మెప్పటికీ చేదే
సుందర మైనదంతా అశాశ్వతం..
ప్రాణం, ప్రణవం సమర్పితం..

తేనె కిన్నెర

'మంగాదేవీ పుత్ర' ఎన్.ఆర్.తపస్వి
గోవాడ గ్రామం , తెనాలి
Ph : 9985813912

1

కనుల కద్దుకొనగల - రసి
కావతంసు డుంటేనే
'కర్పూర వసంత రాయ'
కావ్యానికి విలువ కదా!

2

కట్టుకొని ప్రదర్శించే
కమల నయన ఉంటేనే
కంచి పట్టు చీర - పైట
గాలిలోన చేలువ కదా!

3

ఉదయ సూర్య బింబానికి
మృదు మధురప్రతీకయై
నింగికి నేలకు మధ్యన
నెగడు ఎర్ర కలువ కదా!

4

పలుకు వెలది పజ్జ నిలిచి
సలహా లందిస్తేనే
జీవకోటి నింపుగా సృ
జించే గలడు నలువ కదా!

5

తల్లి యగుచు చెల్లి
యగుచు ద్రాక్షా ప్రియ వల్లి యగుచు
పురుషుని ఆలన పాలన
పూరించును చెలువ కదా!

6

అమాయికలుగా తోచే
అమ్మాయిల చేరదీసి
బొంబాయికి అమ్మివేసి
బోర విరుచు తులువ కదా!

7

తినడు తాను - పరులెవరిని
తిననీయడు - హరే రామ!
గడ్డి వామి లోపలి - కు
క్క చందాన పలువ కదా!

8

ఒరులకు వీనుల విందుగ
తెరలించేక దాచినచో
ఎంత సుభాషితమ్మైన
గొంతులోనె నిలువ కదా

9

మూడు కోట్ల దేవతలకు
ముడుపు కట్టి మొక్కుతోంది
సినిమా నర్తకి పై పై
చిట్ట చివరి వలువ కదా!

10

పరులకు సాయమ్ము సేయ
విరమించేకుమో తపస్వి!
ఎవరి జీవితం వారికి
ఎత్తలేని సిలువ కదా!!

అవనియే నందనవనం

విష్ణు మొలకల భీమేశ్వర ప్రసాద్
తెనాలి
Ph : 8897659364

మనిషంటే అవసరము అవకాశము అయిన వేళ /
మమతంటే ఆర్థిక
స్వరూపమై వెలుగు చోట /
అహం మత్తును అనవరతము సేవిస్తూ జీవన మాధుర్యాన్ని
ఆస్వాదించలేనినాడు /
మానవ సంబంధాలకు హనన గీతమే /
ఆవాసమంటే ఆకాశ హర్మ్యమే అయితే /
విలాస వంతమే జీవిత
పర్యాయ పదమైతే /
ధన ధనమే ఘనమనుకొని/
మనిషితనానికి దూరమై పోతుంటే /
నైతిక విలువలకు మృత్యు పాతరే /
తీరము దాటని అలలే అందం ఆనందం /
హద్దులు మీరని బంధమే సౌఖ్యం సౌభాగ్యం /
ఏ బంధమైనా ఏ విలువైనా ప్రకృతి లాంటిదే /
తనను రక్షించుకొంటేనే

మనను కూడా కాపు కాస్తుంది /

ఇది మాయ అని తెలియని మాయలో మనిషి తేలిపోతున్నాడు /

ఇది నటన అని తెలియని నటనతో తెగ మురిసి పోతున్నాడు /

అందరు నావారు అనుకొంటే

అంతయు నా ఊరు అనుకొంటే

అవనియే నందనవనమవుతుంది /

మానవ సంబంధాలను పరిరక్షించుకొంటేనే

మనుగడ మధురమవుతుంది /

నైతిక విలువలకు పట్టాభిషేకం

జరిగితేనే

జాతి తల ఎత్తుకు తిరుగుతుంది./

నాన్నకు ప్రేమతో (నానీలు)

లయన్ కాకరపర్తి సుబ్రహ్మణ్యం,
తెనాలి
Ph :9948874994

1
అనురాగంతో
జీవితపు విలువలు
నేర్పించిన
ఆదర్శమూర్తి నాన్న

2.
నా ప్రతి అడుగు
నాన్న జాడలే
ఆధిపత్యం లేని
అధికారి నాన్న

3.
నా గెలుపుకోసం
తను ఓడిపోయి
నన్ను గెలిపించిన
త్యాగశీలి నాన్న

4
తిరునాళ్ళలో
నాన్న భుజంపై నేను
చివరి ప్రయాణం లో
నాభుజంపై నాన్న

5
నాన్న నాకు
మరపురాని జ్ఞాపకం
ఆయన్ని స్మరించటం
అదే నావ్యాపకం

మాకున్నాయి కన్నీళ్లు

చందు సూర్య

తెనాలి

Ph : 7993558624

చరిత్రకెక్కని చరితార్థులను ఘనంగా స్మరించుకుంటూ....

నాన్న మన కోసం ఏం చేశాడో..

ఏం కోల్పోయాడో మనకు తెలియదు

జీవితాంతం పిల్లల కోసం తపిస్తూ

వారి అభివృద్ధి కోసం తపన పడుతూ

నిరంతరం పాటుపడే వారు తల్లిదండ్రులు

నాన్న మన కోసం ఏం చేశాడో

మనకు తెలియదు

ఎన్ని కష్టాలు పడ్డాడో తెలియదు

ఎందుకంటే నాన్న ఎవరికి చెప్పడు

పిల్లలకు భార్యకు అసలు చెప్పడు

అమ్మలా ప్రేమను బయటకు చూపించుట

నాన్నకు తెలియదు నాన్న ఇంటికి ఎప్పుడో వచ్చి వెళుతూ ఉంటాడు.

తన పనులలో బిజీగా ఉంటూ రాత్రిపూట ఇంటికి వచ్చి పిల్లలను చూచి

ఆనందపడతాడు మనందరి కోసం నాన్న రాత్రనకా పగలనకా పనిచేస్తూ

అన్ని వదులుకుంటాడు

ఆరోగ్య సమస్యలు ఉన్న తన పిల్లలు గొప్ప వాళ్ళు కావాలని విపరీతమైన నమ్మకంతో మరీ అప్పులు చేసి చదివిస్తాడు.

పిల్లల కోసం తల్లిదండ్రులు అన్నీ త్యాగం చేసి ఆస్తులను అమ్మివేసి తమ పిల్లలకు చదువు మరియు వివాహం ఘనంగా చేస్తారు ఎక్కడ ఎన్ని సంతకాలు పెడతారో పిల్లలకు తెలియదు. ఎన్నోసార్లు అమ్మ ఏడుపు చూసాము కానీ నాన్న ఏడవడం చూడలేదు.

నాన్న ఒంటరిగా ఏడుస్తాడు. పిల్లలు ప్రయోజకులు అయ్యేసరికి తల్లిదండ్రులు అన్ని అమ్ముకుని అంతా ఆరిపోయి అంతంత మాత్రముగా జీవిస్తూ ఉంటారు. ఉన్న ఆస్తి అంతా పోగొట్టుకుని, జీవచ్ఛవంలా ఉంటే, పిల్లలు ప్రయోజకులై కూడా తమ తల్లిదండ్రులను పట్టించుకోవడం లేదు నేడు ఎగస్ట్రార్డినరీ అవ్వాల్సిన తల్లిదండ్రులు ఆర్డినరీ తల్లిదండ్రులుగా మాకు ఉన్నాయి కన్నీళ్లు

అంటూ మిగిలిపోతున్నారు నేటి సమాజంలో...

ఆధునిక శిబి చక్రవర్తి

మునిపల్లి వెంకట రఘునాధ రావు
తెనాలి
Ph : 9490258519

చిరు దీపం లాంటి చిన్న జీవితం చివరి వరకు వెలుగు పంచాలని నూనె లేని ప్రమిద వు నీవైనావు మరో ప్రమిదకు నీవే వత్తివై జీవం మృతుడిగా మారావు కదిలిక లేని నీ దేహం నీ కీర్తి కిరీటానికి మణిదీపం కనివిని ఎరుగని నిజం ఆధునిక ఆసుపత్రులలోని వైద్యం పేదలకు అందని ఫలం అనివార్యం కారాదు మరణం అదే కావాలి మనో సంకల్పం ఆగవు ఏ ఒక్కరి కోసం కెరటం కాలం దేహం ముగింపు తథ్యం అనివార్యం నేత్రదానముతో మొదలై అవయవ దానం చేసిన నీకు లేదు మరణం ఇలలో అదే నిజం పరమవీర చక్ర లాంటి కీర్తి ని సొంతం
అదే నీకు ఘనమైన నివాళి.
శిబి చక్రవర్తిగా వెలుగొందు.

"తెలుఁగు భాషాసుధ"

పాతూరి ఆత్రేయ సూర్య ప్రకాశ శర్మ

తెనాలి

Ph : 9666657471.

సాహిత్యరససంశ్లేషిత వాణీ
ప్రబంధసుధాసంధానభూమి।
శబ్దబంధనముక్తా స్వరసౌందర్యా,
వాగ్విలసిత విజృంభితభాసా॥

ఛందోబద్ధనిశితపద్యమయూరి,
శాసనస్ఫుటిత సల్లక్షణా శాస్త్రనియమానుసరణా
గంభీరనినాద ఆంధ్ర వాక్ప్రభా

కావ్యరత్నాకర ఘనగౌరవమూర్తి,
గద్యపద్యవిలసిత పద్మినీ॥

ఆంధ్రసాహిత్యజ్ఞానాగ్ని ప్రవహతి
సాహిత్యపుష్పభూమి తన్వీ |
తులనీయ భాషాశిరోభూషా,
తెనాలీ విలసిత హాస్యసుధాప్రసంజ్ఞి ||

తర్కయుతనిగూఢతత్త్వవిలాసా,
తక్షణప్రకాశిత నవీనరచనా।
శబ్దసంధానసుధానిధిసంజ్ఞా
తెనుగునదీ తేజోరసిభా ||

వాగ్దేవి

KASTURI VIJAYAM
www.kasturivijayam.com
+91 9515054998
SUPPORTS
PUBLISH YOUR BOOK AS YOUR OWN PUBLISHER.
PAPERBACK & E-BOOK SELF-PUBLISHING
SUPPORT PRINT ON-DEMAND.
YOUR PRINTED BOOKS AVAILABLE AROUND THE WORLD.
EASY TO MANAGE YOUR BOOK'S LOGISTICS AND TRACK YOUR REPORTING.
VICTORY OF KASTURI

www.ingramcontent.com/pod-product-compliance
Lightning Source LLC
LaVergne TN
LVHW030322070526
838199LV00069B/6531
* 9 7 8 8 1 9 7 4 4 7 5 2 5 *